வாழமுடியாதவர்கள்

கலைஞர் மு. கருணாநிதி

Title: Vaazha Mudiyathavargal

Author: M. Karunanidhi

Language: Tamil

First Published on: 1951

Year of Publication: 2024

Book Format: Paperback

*Page Size: 6inch * 9inch*

Category: Fiction

Subject: Short Stories

No. of pages: 66

ISBN: 978-81-988375-0-9

Published by: Nilan Publishers, Madurai, Tamilnadu, India

பொருளடக்கம்

குறிப்புகளுக்காக

மதிப்புரை

தோழர் மு. கருணாநிதி அவர்களின் கற்பனை உள்ள ஊற்றிலிருந்து ஊறியெழுந்து, விளிம்பு முட்டி, வழிந்தோடிய கதை ஓடுகால்களை ஒன்றாக இணைத்து, உள்ளங்கவர் ஒரு பெரும் நூற்புனலாக ஆக்கித்தரும் பெரும் பணியினை, திராவிடன் பதிப்பகத்தார் ஏற்று, வெற்றிகரமாக முடித்திருக்கிறார்கள். இந்தப் புனல் நாடெங்கும் பாய்ச்சப்படுகிறது, திராவிடன் பதிப்பகத்தாரால், கலையார்வங் கொண்டோர் அனைவரும் மாந்தி மகிமும் பொருட்டு.

தோழர் மு.கநுணாநிதி அவர்கள் ஆண்டி விளைஞர் எனினும், மிகக் குறுகிய காலத்தில் நாட்டு மக்களின் பேரன்பைக், கதை-கவிதை-காவியம்-கட்டுரை-நாடகம்-- நடிப்பு-பேச்சு- எழுத்து இன்ன பிறவற்றால் பெரிதும் கவர்ந்து விட்டார்: "கருணாநிதி' என்ற சொல் மக்களின் காதில் விழும் போதெல்லாம் அவர் பேச்சைக் கேட்க-அவர் எழுத்தைப் படிக்க - அவர் நடிப்பைக் காண ஆவலுற்று நிற்கிறார்கள் மக்கள். அத்தகையவரால் எழுதப்பட்ட இந்நூலின் அருமை பெருமைகளை விரித்துக் கூறி விளங்க வைக்கவேண்டிய அவசியமேயில்லை.

படிப்போர் அனைவரும் அவற்றை எளிதில் உணர்வர்.

ஆறு கதைகள் இதன்கண் இணைக்கப்பட்டிருக்கின்றன.

வாழமுடியாதவர்கள் - வாழ முடியாதவன், வாழி வைக்கப்பட முடியாதவள் ஆகியோரின் வாழ்க்கைச் சித்திரம் அழகுறத் தீட்டப்பட்டிருக்கிறது.

ஒரிஜினலில் உள்ளபடி- ஏமாற்றித் திரியும் மத எத்தன் அவனது வஞ்சக வாழ்க்கையோடு முன் கொண்டுவந்து நிறுத் தப்படுகிறன்.

கங்கையின் காதல்- புராணக் கதை கேலிச் சித்திர மாக்கப்பட்டிருக்கிறது; நகைச்சுவை ததும்புகிறது.

கண்டதும் காதல் ஒழிக- காதலுக்குக் கண்ணில்லை என்று காட்டப்பட்டு, கண்டதும் காதல் ஒழிக என்று போய் முடிகிறது.

ஏழை - ஏழை படும்பாடு எடுத்துக் காட்டப்பட்டு ஏழையின் இரங்கத்தக்க நிலை உணர்த்தப்படுகிறது.

பிள்ளையோ பிள்ளை- பூசுரருக்குப் புன்சிரிப்பும், பூசாரிக்குப் பெருஞ் சிரிப்பும் ஏற்பட்ட விதமும், வியாபாரம் வெற்றிபெற்ற வகையும் தெளிவாக்கப்படுகின்றன.

இந்தக் கற்பனைக் கதைப் புனல் உங்களை நோக்கி ஓடி வருகிறது. அதில் திளைத்து மகிழ்க!

சென்னை 1-1-1950
இரா. நெடுஞ்செழியன்.

வாழமுடியாதவர்கள்

'டாண் டாண்' என்று மணிக்கூண்டு கெடிகாரம் பத்து ஒலிகளை முழங்கிற்று. நட்சத்திர டாக்கீசின் கதவுகள் திறக்கப்பட்டன. 'திலோத்தமா' படம் முடிந்து விடுதலை பெற்ற சிவப்பு, பச்சை, நீலம், மஞ்சள் வர்ணங்கள் திடீரெனச் சிரித்த பாதரச விளக்குகளால் சோபையிழந்தன. அந்தச் சோபையிலும் சொகுசு மின்னிடுவதாகத் தொடர்ந்து வந்த வாலிபப் பட்டாளம் 'கம்பரசம்' பாடிற்று.

"பெண்களுக்குச் சுதந்திரம் அளிப்பதாயிருந்தால் முதலில் இந்த ஆண்களை எல்லாம் அரபிக்கடலில் தூக்கி எறியவேண்டும்" என்றால் ஒருத்தி, சிவப்புச் சேலைக்காரி.

"உலகம் அழிந்துபோக உன்னை யோசனை கேட்டால் அப்போது சொல்லடி இந்த அபிப்பிராயத்தை" எனப் பதில் வீசினால் பச்சைச் சேலைக்காரி.

"திலோத்தமா எப்படிடா?" என்றான் ஒரு இருபத்துநாலு வயது.

"படத்தைக் கேட்கிறாயா?...அல்லது" என்று இழுத்தான் ஒரு மைனர்.

"படம் சுமார். டைரக்ஷன் பரவாயில்லை. கதைதான் பிடித்தமில்லை" என்ற விமர்சனத்தை ஒரு மேதை, பேச்சில் நுழைத்தார்.

"என்ன சார் உங்களுக்குக் கதை பிடிக்கவில்லை!" சினிமாப்பைத்தியம் ஒன்று இடையே குறுக்கிட்டது.

“பிரம்மாவைப் போட்டு கலாட்டா செய்கிறான் சார்” ஒருவர் இப்படி அனுதாப்பட்டார்.

“புராணக் கதையை அப்படியே எடுத்திருக்கான்.”

“பிரம்மா... மும்மூர்த்திகளில் ஒருவர். அவர் சிஷ்டித்தார். திலோத்தமையை! அவளையே அவன் காதலிப்பதென்றால்... தகப்பன் மகளை... சேச்சே. அபத்தம்!”

“பொறுங்க, வாந்தியெடுத்துவிடாதீர்கள்” கிண்டல்காரன் பேச்சை முடித்தான். இவ்விதமாக திலோத்தமை பட விமர்சனங்களோடு அந்தக் கூட்டம் நகர்ந்தும் - சிதறியும் - வர வரக்குறைந்தும் - தேய்ந்தும் கொண்டிருந்தது. நடக்கும் பொன்வண்டுகள் பறக்கும் பட்டுப் பூச்சிகளாயின. காலேஜ் வேடர்களும் வேறு பக்கம் திரும்பினர்.

அந்தக் கூட்டத்தில் கலந்து கொள்ளாமல் ஓரமாக ஒதுங்கி சின்னச்சாமியும், காந்தாவும் வந்து கொண்டிருந்தார்கள். காந்தாவின் கண்கள் கலங்கரை விளக்கு போலச் சுற்றியபடியிருந்தன.

“உ.ம்... பாத்து நட!” சின்ன சாமி அதட்டினான். சின்னச்சாமி போலீஸ்காரன். வயது நாற்பது இருக்கும். வலுவேறிய உடம்பு வாட்டமற்ற நடை. திருண்டு உருண்ட தோள்கள், நிமிர்ந்த நெஞ்சு, கம்பிரமான தோற்றம் கண்களிலே எப்போதும் சிவப்புநிறம், கறுப்புக் குலையாத மீசைகள்.

காந்தா அவனுடைய வேகமான நடையோடு போட்டி போட முடியாமல் திணறித் திணறிப் பின்தொடர்ந்தாள். நீண்ட சாலையின் ஓரத்தில் நெடுக நிழல் தரும் மரங்கள்

நின்றிருந்தன. அங்கே ஒரு பெரிய புளியமரம். மனித நடமாட்டத்தில் அதன் கிளைகளில் இருந்த பறவைகள் அடிக்கடி சிறகையடித்துக் கொண்டன. அந்த மரத்தின் பக்கமாகச் சின்னசாமி சாலையிலிருந்து இறங்கினான். சாலைக்குக் கீழ்ப்புறமாகச் சிறிது தூரம் சென்றால், போலீஸ் லைன். அங்கே 18-வது எண்ணுள்ள வீடுதான் சின்னசாமியுடையது.

“காந்தா! கீழே பார்த்து வா. பூச்சி, பொட்டு இருக்கும்.” இதைச் சொல்லியபடி கொஞ்சம் மெதுவாக நடந்தான். பின்னால் திரும்பிப் பார்த்தபடி, வீட்டையடைந்ததும் சின்னச்சாமி பூட்டைத் திறந்துவிட்டு நெருப்புக் குச்சியைக் கொளுத்தினான். காந்தா விளக்கை ஏற்றிக்கொண்டு அடுக்களைப் பக்கம் சென்றாள். போலீஸ் லைன் வீடுதான் நமக்குத் தெரியுமே; குருவிக்கூடு! அடுக்களை படுக்கையறை எல்லாம் ஒன்றுதான்.

சின்னசாமி செருப்புகளைச் சுழற்றிவிட்டு, ஒரு பீடியைப் பற்ற வைத்தபடி வாயிலில் உட்கார்ந்தான். பீடியின் சுருள் புகையோடு அவன் சிந்தனையும் ஒரு சுற்றுச் சுற்றியது. அதற்குள்-

“அப்பா சோறுபோட்டுட்டேன்” என்ற காந்தாவின் அழைப்பு கிடைத்தபடியால் பாதி பீடியை அணைத்துத் தீப்பெட்டியில் போட்டுக்கொண்டு உள்ளே சென்றான் சின்னச்சாமி.

மார்கழி மாதக் குளிருக்கேற்ற நல்ல பழைய சோறு; விறுவிறுப்பாகச் சுண்டக்குழம்பு சாப்பாடு முடிந்தது.

“நீ சாப்பிடம்மா” என்று சொல்லிவிட்டுச் சின்னச்சாமி மீதி பீடியை வாயில் வைத்தபடி வெளிப்பக்கம் வந்தான்.

வயிற்றின் ஜிலுஜிலுப்பை பீடிப்புகை சிறிது மாற்றிக் கொண்டிருந்தது.

காந்தாவின் சாப்பாடு முடிந்ததும் பாத்திரங்களைக் கழுவி விட்டுப் படுக்கிற இடத்தைக் கூட்டினாள். இரண்டு கிழிந்த பாய்களை எடுத்து விரித்து, எண்ணெய் வாசனை வீசுவது மட்டுமின்றி, உறை தேவையில்லை என்கிற அளவுக்கு நிறத்தைக் கருப்பாக மாற்றிக்கொண்ட தலையணைகளை எடுத்துப் போட்டாள்.

"அப்பா நான் படுக்கட்டுமா?"

"ஒரு டம்பளர் வெந்நீர் கொடு. இருக்கா?"

"பச்சத் தண்ணிதான் இருக்கு. வெந்நீர் போட விறகு ஏது?" முணுமுணுத்தபடி ஒரு குவளைத் தண்ணீரைக் கொடுத்துவிட்டுப் படுக்கையில் படுத்தாள்.

தெருப்பக்கம் உட்கார்ந்திருந்த சின்னச்சாமியின் உதட்டில் இன்னொரு பீடி அமர்ந்து கொண்டது; பீடியைப் புகைத்தவாறு நிமிர்த்திய தலையைத் தாழ்த்தாமலே உட்கார்ந்திருந்த அவனிடம், வான வெளியில் மேகத்தைத் தொட்டுத் தொட்டு விளையாடிய சந்திரன் பேசுவது போலிருந்ததோ என்னவோ, அவன் வைத்த விழியை எடுக்காமல், அசைவற்றிருந்தான்.

சந்திரன்! சின்னச்சாமியின் மனைவியின் பெயர்கூடச் சந்திராதான். அவள் மண்ணோடு கலந்து பத்து வருடமாகிறது. சின்னச்சாமியின் முப்பதாவது வயதில் சந்திரா பத்து வயது நிரம்பப் பெறாத காந்தாவைத் தாயில்லாப் பிள்ளையாக்கி விட்டுப் போய்விட்டாள். தகப்பனார் உயிரோடிருந்த காலத்தில் சின்னச்சாமிக்குச் சந்திராவை எப்படியோ

கல்யாணம் செய்து வைத்துப் பார்த்துக் கண்ணை மூடினார். இடையே சாவு தன் கொடிய கரங்களை நீட்டிச் சந்திராவின் கழுத்தை நெறித்தது மட்டுமின்றிக் காந்தாவைக் காப்பாற்ற வேண்டிய பெரும் பொறுப்பை அந்தப் பரிதாபத்துக்குரிய போலீஸ்காரருக்குக் கொடுத்துச் சொன்றது. மறு கல்யாணம் செய்து கொள்ள எத்தனையோ முறை முயன்று பார்த்தான். முன்னூறு ரூபாய் கூட இல்லாமல் எப்படி கல்யாணம் பண்ணுவது! கஷ்டப்படும் போது- கண்ணீர் விடும்போது- கதியில்லயே எனக் கதறும் போது கைகொடுக்க வராத உறவினர்கள் கல்யாண மென்றால் நாக்கைத் தட்டிக்கொண்டு வருவார்கள். பத்திரிகை தராவிட்டால் பல்லைக் கடிப்பார்கள். இந்த நிலையில் ஏழைக்குக் கல்யாண எழவா?...

அப்போதைய போலீஸ் சம்ளபத்தைத்தான் கேட்க வேண்டியதில்லை. அன்றாடம் சாப்பாட்டுக்கே கஷ்டம். இதில் நோய் நொடிகள் ஏற்பட்டால், டாக்டர் தர்மவானாக மாறவேண்டும். காலில் முள் குத்திவிட்டால், முறிந்துவிட்டால், வண்டிக்காரன் பயந்தவனாக இருக்க வேண்டும். என்னதான் மேல் வரும்படி வந்தாலும் காப்பி, தேத்தண்ணீருக்குத்தான் சரியாக இருக்கும். கல்யாணம் செய்துகொள்கிற அளவுக்குச் சாதாரண போலீஸ்காரருக்குக் 'கிம்பள சான்ஸ்' கிடைக்குமா?

மனைவி இறந்துபோன துக்கம் மறைந்து, அடுத்த கல்யாணம் கிடையாதா என்ற கேள்வி ஏக்கமாக வளர்ந்து, சின்னச்சாமியின் இருதயத்தைத் துறட்டி போட்டு இழுக்க ஆரம்பித்தது. வைகாசி, ஆவணி, தை-இப்படி மாதக்கணக்குகள் புரண்டு இந்த வருடம் அடுத்த வருடம் என்று ஒத்திபோடப்பட்டு அவனுக்காகப் பார்த்த பெண்கள் எல்லாம் கல்யாணம் செய்துகொண்டு பிள்ளையும் பெற்றுவிட்டார்கள். அவன் கதிதான் இப்படி என்றால், பருவமடைந்து ஆறு வருடமாக வீட்டிலிருக்கும் காந்தாவுக்கும் கணவன் வரவில்லை. காந்தா விகாரமில்லை;

சுமாரான அழகி, கறுப்புதான். கவின் பெறுமுகமும் எடுப்பான தோற்றமும் வாய்ந்த திராட்சைக் கொடி அவள். பெண் பிடிக்கவில்லை என்று யாரும் சொல்லவில்லை; "சீர்வரிசை என்ன செய்வார்கள்? கல்யாணச் செலவு பெண் வீட்டாருடையதுதானே?" இந்தக் கேள்விகளுக்குப் பதில் சொல்ல முடியாமலேயே காந்தா அரும்புப் பருவம் அழியாமலிருந்தாள். சின்னசாமியின் இருதயம் நைந்துவிட்டது. சின்னசாமி வாழ முடியாதவன். காந்தா அவனால் வாழவைக்கப்பட முடியாதவள்.

மன அலைகளால் மயங்கிப் போயிருந்த அந்தத் துயர உருவம் திடீரென விரலில் சுட்ட பீடியின் நெருப்பால் உணர்ச்சி பெற்றுத் திடுக்கிட்டது. நிலாவும் மேகத்தில் மறைந்து கொள்ளவே சின்னசாமி ஒரு பெருமூச்சோடு எழுந்தான். கதவைத் தாழிட்டுவிட்டு, விளக்கைக் கொஞ்சமாய் அடக்கிவிட்டு, அந்தக் கிழிந்த பாயில் படுத்துக் கொண்டான். அவன் கண்களில் சோகம் படர்ந்திருந்தது. காந்தா உடம்பை நெளித்துக் கொண்டு சோம்பல் முறித்ததிலிருந்து அவளுடைய இருதயத்திலும் ஒரு பெரும் போராட்டம் நடந்திருக்கத்தான் வேண்டும் என்பது தெளிவாகத் தெரிகிறது.

வாழ்நாளின் வனப்புமிக்க ஒரு பகுதி வீணே கழிவதென்றால்?... கொஞ்சு மொழியும், கோலாகலமும் அனுபவிக்க வேண்டிய பருவத்தில் ஊமையாக முடங்கிக் கிடப்பதென்றால்?... காதல் கீதத்திற்கேற்ற இன்பக் கேளிக்கையாட வேண்டிய இளமைநாட்கள், நொண்டியாகி விடுவதென்றால்?... எந்தப் பெண்ணால் தான் தாங்கிக் கொள்ள இயலும் அந்த வேதனையை!

இந்த இருண்ட உலகில் ஒரு மனித ஐந்துவின் வீடு அங்கே இரண்டு கிழிந்த பாய்கள். பாயைவிட அதிகமாகக் கிழிந்து போன இரண்டு உள்ளங்கள்! தகப்பன்-மகள், தணலில்

தவிக்கும் புழு! தாங்கொணா வேதனைப் புயலில் சிக்கிய தளிர்!

காந்தாவின் நீண்ட பெருமூச்சும், அந்த மூச்சைத் தொடர்ந்து முனகிக் கொண்டே கிளம்பிய சின்னச்சாமியின் அசைவும்! அந்தோ... பரிதாபமான நிலைமை!

"அட பாழாய்ப்போன கடவுளே! அவர்கள் என்ன பங்களாவா கேட்கிறார்கள்? பட்டு மெத்தையும், பவளக் கட்டிலும், பன்னீர் குளியலும், பாதாம்பரும்பும், பசும்பாலுமா அவர்கள் கேட்பது? பணக்காரனின் இருதயப் பசிக்கு எத்தனை இளம்பெண்கள் பலியிடப்படுகிறார்கள்! காசை வீசியெறிந்து நினைத்த இடத்தில் இந்திரனாக மாறும் மனித மகாவிஷ்ணுக்களையும்; வயிற்றையும், நெஞ்சையும் உடலுணர்ச்சிகளையும் உலரப்போட்டு வற்றலாக்கிக் கொண்ட வறுமை உருவங்களையும் "ஆண்டவன் படைப்பு" என்று சொல்ல மனித அறிவு அவ்வளவு மழுங்கியாவிட்டது" அந்தச் சிறிய வீடு இதைத்தான் உரத்த குரலில் அதட்டிப் பேசுவது போலிருந்தது.

சின்னசாமியின் மனம் தொடர்ந்து பேசத் துவங்கிற்று:-

'பணமில்லையென்றால் அவனுக்கு வாழ்வு கிடையாதா? உணர்ச்சி கிடையாதா? கடவுளே! ஏழைகளுக்கு வயிற்றையும், நெஞ்சையும் ஏன் உண்டாக்கினாய்? உனக்குப் படைப்புத் தொழில் தேர்ச்சியிருந்தால் ஏழைகளை வெறும் நடமாடும் பொம்மைகளாக அல்லவா சிருஷ்டித்து முதலாளிகளுக்கு வேலை செய்யும் இயந்திரங்களாக ஆக்கியிருக்க வேண்டும்?

காட்டில் திரியும் மிருகங்களுக்குக் கூடச் சந்தோஷமுண்டே ஜோடிப் புறாக்கள்-ஓடி விளையாடும் மான்கள்-பாடிப்பறக்கும் குயில்கள்-அவைகளை விடவா ஏழைகள்

குறைந்து விட்டார்கள்! நான் என்ன பாவம் செய்தேன்? உன் பக்தியில் குறைச்சலா? உனக்குப் பயந்து நடக்கவில்லையா? ஏன் இந்தச் சோதனை?"

அந்த மாஜி மனிதனின் அழுத்தமா கேள்விகளுக்குப் பதில்சொல்ல எந்த ஆண்டவனும் தயாராயில்லை. அவன் சோகக் குமுறலை காந்தாவின் உள்ளமும் ஒப்பாரியாக்கி விம்மிக் கொண்டிருந்தது. அவன் கண்களில் நீர் தேங்கி வழிந்து, கன்னத்தின் சூட்டில் காய்ந்துவிட்டது.

சின்னச்சாமியின் தொண்டையில் ஒன்றுமே அடைக்கவில்லை; ஆனாலும் லேசாக கனைத்துக் கொண்டான்.

"எம்மாடி!" காந்தாவும் தூக்க அசதியில் அலுத்துக் கொண்டது போல இந்த வார்த்தையோடு உடம்பை வளைத்துப் புரண்டுபடுத்தாள்.

ஏதோ ஒரு பயங்கரமான முடிவால், அவன் முகத்தில் அசடு வழிவதை மங்கலான விளக்கின் வெளிச்சம் எடுத்துக்காட்டிற்று. சரியாகப் படுத்துக் கொண்டான். முகத்தை வேறு பக்கம் திருப்பிக் கொண்டான். கண்களைக் கொஞ்சமாக முடிக்கொண்டான்.

"சின்னச்சாமி சின்ன புத்திக்காரா!...

என்ன காரியமடா... கசடனே!"

என்று ஒரு பகங்கரமான குரல் அவன் நெஞ்சுக்குள்ளேயே கிளம்பியது.

ஒரு நிமிடம் அமைதி. அய்யோ! அந்த ஒரு நிமிடத்தில் அவன் இரத்த ஓட்டத்தில் எவ்வளவு கொதிப்பு! நரம்புகள் எல்லாம் நடுங்கின. நாவில் நீரில்லை. உதடுகள் வறண்டு விட்டன. கையை மெதுவாக எடுத்தான். உள்ளங்கையில் வியர்வை கொட்டிற்று. வேட்டியில் துடைத்துக் கொண்டு, கையைக் காந்தாவின் மேல் மெதுவாகப் போட்டான். அவள் ஆயாச மூச்சோடு நகர்ந்து படுத்தாள்.

"ஏய் பாதகா! பரம சண்டாளா! மகளடா மகள்! நீ பெற்ற மகள்!,.. மகா பாதகத்தைச் செய்யாதேடா மடையா!... மண்டை வெறி பிடித்தவனே!" .

அவன் தலையில் ஆயிரம் சம்மட்டி அடிகள். ஆங்காரமான குத்துக்கள். கொடூரமான அரிவாள் வெட்டுக்கள். சின்னச்சாமியின் மார்பு படபடவென்று அடித்துக் கொண்டது. ஈரமற்ற நாக்கால் உலர்ந்துபோன உதடுகளை ஒரு முறை நக்கிக்கொண்டு பேசாமல் படுத்திருந்தான். சற்று அமைதி. அந்த அமைதியும் மின்னலாய் மறைந்தது. விஷமேறி நடுங்கும் அவன் ஈர விரல்கள் மீண்டும் காந்தாவின் முகத்தில் விழுந்தது. நத்தைகள் ஊர்வது போல நகர்ந்துகொண்டிருந்தன. அந்த விரல்களைக் காந்தாவின் நடுங்கும் கரம், லேசாகப் பற்றியது... பற்றியது மட்டுமா? மெதுவாக அமுக்கியது.

இடிகள் பல இடிப்பதுபோல மின்னல்களும் பல மின்னுவது போலத்... திடீரெனப் புயல் கிளம்பிப் பூகம்பம் ஏற்பட்டுக் கடல்கள் குமுறியெழுந்தது போலத் தடதடவென ஆட ஆரம்பித்தன. இரண்டு இரத்த பாசமுள்ள உடல்கள். கால் பக்கமிருந்த விளக்கைச் சின்னச்சாமி உதைத்தான். அது கீழே சாய்ந்து அணைந்து போய், எண்ணெய் தரையில் கொட்டியபடி உருண்டது.

கடவுள் அந்தக் கற்பனைப் பெயரால் ஏற்பட்ட தலைவிதி-தலைவிதிக்காளான சமுதாயம்-அந்தச் சமுதாயத்திற்கேற்பட்ட சட்டம்-அந்தச் சட்டத்தை முறை தெரியாமல் உடைத்தெறிந்த இரு சண்டாளர்கள்-வாழ முடியாதவர்கள்!

பொழுது சரியாக விடியவில்லை. மங்கலான வெளிச்சம் வீட்டுக்குள் நுழைந்தது. சின்னச்சாமி விழித்துக்கொண்டு காந்தாவின் முகத்தைப் பார்க்கத் திரும்பினான். அவன் கண்கள் அவனையறியாமல் மூடிக் கொண்டன. காந்தா அயர்ந்து தூங்கிக் கொண்டிருந்தாள். வேகமாக எழுந்து வெளியே வந்த சின்னச்சாமி நிற்கவேயில்லை; பைத்தியக்காரனைப் போல நடந்து கொண்டேயிருந்தான்.

காலையில் ஒன்பது மணியிருக்கும்; காந்தா கன்னத்தில் கை வைத்துக்கொண்டு வாயிற்படியில் சாய்ந்திருந்தாள். 'திலோத்தமா' சினிமாப்பட விளம்பர வண்டி தெருவில் போய்க் கொண்டிருந்தது.

பிள்ளையோ பிள்ளை!

மணப்பந்தலில் மந்திரமோதிய வரதாச்சாரியார் "சந்தான விருத்தி" வாழ்த்துக்கூறத் தவறவில்லை. நெருப்பில் நெய்யை மொண்டுமொண்டு ஊற்றிக்கொண்டு 'புத்திர சந்தானம் பிராப்தி' என்பதைச் சமஸ்கிருதத்தில்தான் சொன்னார். மறந்தும் தமிழில் சொல்லிவிடவில்லை. ஆசீர்வாதம் பலந் தான். ஆனால் ஜெமீன்தார் வீட்டில் சந்தானத்தைத்தான் காணவில்லை. வருடங்கள் ஒன்றா? இரண்டா?... ஒன்பது வருடங்கள்!

சீமாட்டி சண்பகவல்லியின் கணவன் சேத் பவனத்து ஜெமீன்தார். அவருக்கு இவள் சிரிக்கும் செண்பகம். இவளுக்கு அவர் புதையல். வசந்தமும் தென்றலும் வாழ ஒப்பந்தம் செய்து கொண்டு பூச்சோலையில் புகுந்ததுபோல அவர்கள் வாழ்க்கை ஒப்பந்தம் செய்துகொண்டனர். சோலை யில் சூறாவளி வீசும் என்பதை அவர்கள் நினைக்கவே இல்லை. செண்பகவல்லி அழகி என்பதற்காக மட்டுமல்ல........அவள் அதிர்ஷ்டக்காரி, அழியா மாங்கல்யம் உடையவள் என்றும் ஜாதகம் பார்த்த வரதாச்சாரியார் கூறவே திருமணம் வெகு விரைவாய் நடந்தது.

"என்ன ஜெமீன் தார்வாள்? உங்களுக்கு என்ன குறைச்சல். எல்லாம் நிறைய இருக்கு. ஒரு புத்ர பாக்யம் மட்டும் பகவான் அனுக்ரகம் பண்ணிட்டா?....... வரதாச்சாரியார் ஜெமீன்தாரைப் பார்க்கும் போதெல்லாம் பாடும் பல்லவி இது!"

"குழலினிது யாழ் இனிது என்பார் தம்மக்கள் மழலை மொழி கேளாதார்"

சேத்பவனத்துச் சிவன் கோயில் ஸ்தல வரலாறு 'சிருஷ்டி'த்த செல்லையா பண்டிதர் ஜெமீன் தாரின் பண உதவியை மறக்கவில்லை என்பதற்காக அவரைக் காணும்போது ஒப்புவிக்கும் திருக்குறளிது

"காளியம்மன் கோயில் கரகம்...காப்புக் கட்டி யாச்சு உதவணும்! அம்மாளுக்குச் செஞ்சாதான்..... குழந்தை பிறக்கும். வம்சம் விருத்திக்கு வரும்"

உற்சவ யாசகக்காரன் ஜெமீன்தாரிடம் வசூல் நோட்டீசை நீட்டும்போது.... மறைமுகமாகக் கூறும் பயமுறுத்தல் இது!

"சாமி! ஏழைக்கு உதவுங்க. உங்க குழந்தை குட்டியெல்லாம் க்ஷேமமாயிருக்கும்"

பிச்சைக்காரனின் வாழ்த்து வீட்டு வாயிலில்! 'குருட்டுப் பயல்' என்று ஜெமீன்தார் முணுமுணுக்க இது ஒரு வாய்ப்பு.

"உனக்குக் கிடைச்ச இடம் பொன்னான இடம் தங்கம் மாதிரி மாப்பிள்ளை. எல்லாம் இருந்தும் காலாகாலத்திலே, ஒரு குஞ்சு குளுவானைக் கொடுக்க மாட்டேங்கிறானே பாழாப்போற கடவுளே!'

செண்பகவல்லியின் தாயார் கடவுளை அர்ச்சித்தாள் இப்படி.

"ஒன்பது வருஷமாச்சு ஒன்னையுங் காணுமே செண்பு"

தோழியின் கிண்டல் இவ்விதமாக!

"நம் பெயர் சொல்ல ஒரு குழந்தையை ஆண்டவன் அருளமாட்டானா?"

"வம்சம் நம்மோடு தீர்ந்தது! நானும் என்னென்னமோ தர்மம் செய்துட்டேன் உம்; கடவுள் நினைப்பு எப்படியோ?" ஜெமீன்தாரும் செண்பக வல்லியும் உதிர்த்த சோகத் தொகுப்பு.

கன்யாகுமரியில் கடலாடி காசி விஸ்வேசரைப் பணிந்து, காவி கட்டிய ஆசாமிகளின் காலில் விழுந்து,பிள்ளைவரம் கேட்டுப் பார்த்தாகி விட்டது. வரந்தேடி அலுத்த பிறகு வள்ளல் என்ற பட்டந்தான்மிச்சம். ஜெமீன்தாருக்கு வயது ஏற ஏற வருத்தமும் ஏறிக்கொண்டே போயிற்று.

அரிய பெரிய ஜெமீன், அழகான பங்களாக்கள் அருமையான மோட்டார், அடிமைக்காரர்.

"இந்த அந்தஸ்துகளை அனுபவிக்கத் தனக்கென்று ஒரு குழந்தை இல்லையே"- இதை நினைப்பார். அடிக்கடி என்று சொல்ல முடியாது- அன் றாடம் அந்தப்புரத்தில் இந்த ஏக்கம் எதிரொலித்தது.

ஒருநாள் வரதாச்சாரியார்-ஜெமீன்தார் சந்திப்பு! அதன் விளைவு?

அலங்காரமான பந்தல்கள்.... எங்கும் அக்கினி குண்டங்கள்... அவற்றைச் சுற்றி அந்தணர்கள் நெருப்பில் நெய்க் குடங்கள்.... 'நமகா' மந்திரத்தின் எதிரொலிகள்....

ஒரே பக்தி வெள்ளம்.

முப்பத்து முக்கோடி தேவர்கள், நாற்பத்தெண்ணாயிரம் ரிஷிகள், கந்தர்வர் கின்னரர், கிம்புருடர் *etc etc*" புரோகிதர் நாவில் நர்த்தனமாட! பீதாம் பரம், பட்டுச்சேலை, பசுமாடு

இவைகளைச் சீமாட்டி வழங்க, பாரியாள் சமேதராய் பிராமணோத்த மர்கள் வாங்கிச் சென்றனர். காட்சி ரம்மியந்தான். தானம் பலன்தான். செலவு அதிகம் தான், ஆனால் புத்திர காமேஷ்டியாகத்தின் பலனும் 'பூஜிய'மாகி விடவேண்டுமா? ஜெமீன்தார் சோகத்தில் மிதந்தார்.

ஒருநாள் மாரியம்மன் கோயில் பூசாரி மருத முத்து-- ஜெமீன்தார் பேட்டி நடந்தது. அதன் விளைவு.. குலதெய்வமான மகமாயிக்குப் பொன் குத்துவிளக்கும்.... புதுமாதிரியான வைர நகைகளும் உபயம் செய்தார்.

ஜெமீன்தாருக்கு ஆண்டவன் சக்தியிலும் அவ நம்பிக்கை பிறக்க ஆரம்பித்தது.

"உண்டு இல்லை.... என்று பார்த்து விடுவது ஜெமீன்தார்வாள். ஆண்டவன் செயல் அலாதியா இருக்கட்டும்னா அதுக்காக நாம் சும்மா இருந்தா காரியம் நடக்குமா?"

"என்னய்யா செய்ய?"

"எனக்கு ஒன்னு பட்றது"

"என்ன படுகிறது?"

"தசரதன் புத்திர காமேஷ்டி யாகத்திலே என்ன நடந்தது தெரியுமோன்னோ?"

"என்ன நடப்பது... தசரதன் பத்தினிகள் யாரோ ரிஷிகளிடம்.......

"சே.... சே....அந்த ராமாயணம் இல்லேன்னா !- "வால்மீகி ராமாயணத்திலே அப்படித்தானே இருக்கிறதாம்"

"வால்மீகியாவது நம்ப தமிழாள் கம்பர் பாடிய ராமாயணப்படி பாருங்கோன்னா!"

"அதை.. மனுஷன் படிப்பானா அய்யா!" 'ஏன்னா?"

"அந்தத் தமிழ் நமக்குப் புரியாது"

"நான் சொல்றேன் கேளுங்கோ! அக்கினியிலே தேவர்க்கள் கிளம்பி... அவிர்ப்பாகத்தை தசரதனிடம் கொடுக்க அவன் அதை மனைவிகளி டம் கொடுக்க... அவர்கள் வயிற்றில் கரு உற்பத்தி யாயிற்று."

"அவிர்ப்பாகமா?... நம்ப புத்திரகாமேஷ்டி யாகத்திலே அப்படி ஒன்றும் நடக்கவில்லையே!'

"அப்படிக் கேளுங்கோ. அவிர்ப்பாகத்து ரகசியம் யாருக்குந் தெரியாது. ஆண்டவன் தயவில்லாமலே அதைத் தயாரிக்க ஓர் அருமையான முறை இருக்கு"

"என்ன சாமி சொல்கிறீர்"

"அவிர்ப்பாகம் செய்யும் முறை என்னிடம் அகப்பட்டுவிட்டதுன்னேன்:"

"அப்படியா? ஆச்சரியம்!"

"ஆச்சரியந்தான். காரியம் வெற்றி! கைமேல் பலன்"

"உண்மையாகவா?"

"அவிர்ப்பாகத்தை நானே தயாரிக்கத் துணிந்துவிட்டேன்"

"நீரா"

"நீராவது நெருப்பாவது! பாருமே என் திறமையை! ... ஜெமீன்தார்வாள்!"

"ஜெமீன்தார்வாள்! அவிர்ப்பாகம் என்பது ஓர் அருமையான தெய்விக லேகியம். அருள் நிறைந்த திவ்யப் பிரசாதம். ஆண்டவன் கருணாகடாக்ஷம் பரிபூரணமாக அதில் கலந்து ஒரு பஞ்சாமிர்தமாகிவிடுகிறது".

"அதை ஏன் இதுவரை செய்யவில்லை?"

"காலம் வரவேண்டாமா?... தசரதனுக்குக் காலம் வந்துதானே ஸ்ரீராமர் கருவில் வந்தார். ஜெமீன் தார்வாள் ! நம்ப நல்ல காலம் பாருங்கோ.... நேற்று நம்ப வீட்டுப் பரணை எல்லாம் சுத்தப் படுத்தினேன். அதிலே ஒரு பழைய சுவடி அகப் பட்டதுன்னா....... அதிலே இருக்கு அவிர்ப்பாக ரகசியம்"

"செய்யும் முறை?'

"சாமான்யமில்லேன்னா, ரொம்ப சிரமம்." "பணந்தானே செலவாகும்!"

"பணங்கிடக்கட்டும்; மனுஷன் படவேண்டிய கஷ்டம் அவ்வளவு இருக்கும். மூளைக்கு வேலை. மூலிகை தேடற வேலை ..... எல்லாம் தேவ மூலிகை கள்!"

"கஷ்டத்துக்குத் தக்க சம்மானம் கொடுத்தால் போகிறது"

"நல்லாச் சொன்னேள். எனக்கு ஒரு பைசா வேண்டாம். உங்களுக்கு ஒரு குழந்தை அவதரிச்சா .... எனக்குக் கோடி பவுன் கிடைச்ச மாதிரி....!'' மூலிகைகள் மட்டும் போதுமாக்கும்" "போதாது....போதாது....பத்தரை மாற்றுத் தங்கம் பாதி.... பச்சிலைச் சாறு பாதி. பத்துநாள் சூரியப் பிரகாசத்தில் வைத்துப் பக்குவப்படுத்த வேண்டும்"

"பணம்... எவ்வளவு ஆனாலும் சரி.... எனக்கு வேண்டியது...."

"எல்லாம்... ஜெயமா முடியும் பாருங்கோ பலன் கைமேல்"

ஜெமீன்தாரிடம் வரதாச்சாரியார் அவிர்ப்பாகம் தயாரிப்பதற்காக இரண்டாயிர ரூபாய் பெற்றுக்கொண்டு புறப்பட்டார். "ஆனால்... ரகசியம்.... உங்க மனைவிக்குக் கூடத் தெரியக்கூடாது. விஷயம் வெளியானால்.... மருந்தின் சக்தி போய்விடும்" என்ற எச்சரிக்கையையும் ஜெமீன்தார் மனத்தில் கோத்து விட்டுப் போனார்.

ஜெமீன்தார் முகத்தில் வெற்றி ரேகைகள்... சிரிப்பு வெடித்துச் சிதறியது.

"குழந்தைக்கு இந்தச் சட்டையை மாட்டு.ஏய்! டிரைவர்- தம்பியைக் காரில் வைத்து ஊர் சுற்றி வாடா. ஓய் பத்தரே! குழந்தைக்கு இந்தச் சங்கிலி நன்றாயில்லை. கிருஷ்ணபகவான் போட்டிருந்த மாதிரி ஒரு வைரமாலை செய்து கொடு. அப்படியே இருக்கணும். அசல்மாதிரி. ஆமாம், சொல்லிவிட் டேன். செண்பகம் சிரிக்கிறான் பார் குழந்தை. என் கண்ணுப்பயலே ஒரு கட்டி முத்தம் கொடு. வெள்ளியிலே உனக்கு ஒரு மோட்டார். தங்கத்திலே குதிரை. வைரத்திலே சின்ன சைக்கிள் போதுமா? போதாதா? சரி...... ரத்தினத்தில்

ஒரு தொட்டில். என் கண்ணுக்குட்டி....... சிரிக்காதே... செண்பகம் நம் அய்யரின் அவிர்ப்பாகத்தின் மகிமையே மகிமை..."

"என்ன புலம்புகிறீர்கள்" என்று அலறியடித் துக்கொண்டு எழுந்தாள் பக்கத்தில் படுத்திருந்த செண்பகவல்லி.

"ஒன்றுமில்லை" என்று கண்ணைக் கசக்கினார், கனவில் சொக்கியிருந்த ஜெமீன்தார். அதே இரவு மாரியம்மன் கோயில் பக்கம் பயங்கரமான இருள், பணக்காரன் நெஞ்சம்போல !- வானம் கருப்பு மழை பொழிவது போன்ற காட்சி. இடையிடையே மின்னலின் வைர வெட்டுக்கள் சில தீக்கோடுகள் கிழிக்கின்றன. அந்தத் திடீர் வெளிச்சத்தில்.... ஓர் உருவம் அசைவது தெரிகிறது. கைகால்கள் இரண்டிரண்டு தான் ! அதனால் அது மாரியின் உலவல் அல்ல. உருவம் கோயில் கதவண்டைவந்து நிற்கிறது. கதவு திறக்கப்படுகிறது. உருவம் கர்ப்பக் கிரகத்தில் நுழைகிறது. ஜெமீன்தார் செய்துவைத்த பொன் விளக்கின் ஒளியில் - அந்த உருவம், பூசாரி மருத முத்துதான் என்று கண்டுபிடிக்க முடிகிறது.

விளக்கு அணைகிறது.

மறுநாள் காலை ஜெமீன்தார் எழுகிறார். மாரியம்மன் கோயிலில் திருட்டு என்ற செய்தி அவர் காதில் விழுகிறது. மூவாயிர ரூபாய் பெறுமான சொத்து களவு; அன்று மாலை சேத்பவனத்தில் சிகப்புத் தொப்பிக்காரர் படை குவிகிறது. மாரியம்மன் வாக்கு மூலம் கொடுக்க வரவில்லை. அது தெரிந்ததுதானே. பூசாரி இந்தக் காரியத்தில் துணிவாகப் புகுந்தார்.

"கள்ளனைக் கண்டுபிடிக்காமல் ஜெமீன்தார் விடமாட்டார்... முக்கியமான ஓர் ஆளிடம் சந்தேகமாய்... பூசாரியைக்கூட ஜெமீன்தார் சந்தேகப்படுகிறாராம்"-இது ஊர் வதந்தி.

"பூசாரி ! ஜெமீன் தாரண்டே சொல்லிவிட்டேன் நீதான் வழி சொல்லணும்"

"என்ன சாமி.. பெரிய காரியம். என்கிட்டே ஒரு மருந்து இருக்கு.... அதைச் சாப்பிட்டால் மலடி கூடப் பிள்ளை பெறுவாள். ஆனால் ஆம்பளைதான் அதைச் சாப்பிடணும்''

"பேஷா ! ...... ஜெமீன் தாரையே ...... சாப்பிடச் சால்றேன். மருதமுத்து.. கண்டிப்பா பிள்ளை பிறக்குமா?"

"ஏழை மருந்தாச்சேன்னு... எளக்காரமா நினைக்காதீங்க...."

"இந்தா இருபது ரூபாய்...வச்சுக்க!... மருந்து பலன் அளிச்சா...ஆயிரம் ஆயிரமா நான் வாங்கித் தரேன்''

"மருந்து பலன் அளிச்சா...நான் பொழைச்ச மாதிரி...என்னமோ மகமாயி இருக்கா"

"ஆனா...மருதமுத்து... மருந்து நீ கொடுத்ததா.... ஜெமீன் தாருகிட்டே சொல்லி விடாதே"

"நான்....யாருகிட்டேயும் சொல்ற விஷயமில் லீங்க இது! நீங்களே.... பேரு வாங்குங்க"

வரதாச்சாரியார் பூசாரி வீட்டைவிட்டுப் போன பிறகு ... மருதமுத்து ஒரு பெருமூச்சோடு உட்கார்ந்து ஒரு தடவை

சிரித்தான். அந்தச் சிரிப்புத்தான் சேத்பவனத்தையே அழவைத்த அகோரச் சிரிப்பு.

வரதாச்சாரியார் அளித்த அவிர்ப்பாகத்தைப் பாலில் கலந்து ரகசியமாகச் சாப்பிட்டுவிட்டு வாசனை வராமல் வாயைக் கழுவி, தாம்பூலந் தரித்து, வரதாச்சாரி சொன்னபடி அந்தப்புரத்தை நோக்கி கடந்தார் ஜெமீன்தார்.

அன்றிரவு ஜெமீன் தாருக்கு ஒரே ஆனந்தம். செண்பகம் என்றுமில்லாத இன்பமொழிகளையெல்லாம் கேட்டு ரசித்தாள். பசும்பாலை அவளிடம் தீட்டுவதும், அவள் அதரங்களில் பால் கிண்ணம் படுவதற்குள் அதைத் திரும்ப எடுத்து அவளை ஏமாற்றுவதும் அவளை அப்படியே தூக்கி மஞ்சத்தில் எறிவதும் இப்படி ஒரே வேடிக்கை. இரவு மணி பன்னிரெண்டு அடித்தது.

"செண்பகம்!... நமக்குப் பிள்ளை பிறந்தால் என்ன பெயரிடுவது?"

சீமாட்டி சிரித்தாள்.

"என்ன சிரிக்கிறாய்?" மீண்டும் அவள் சிரித் தாள் "சிரிப்பு வந்தது சிரித்தேன்." சீமாட்டியின் சிரிப்பு அடங்கவில்லை. ஜெமீன்தார் அவளை அணைத்துத் தூக்கிக்கொண்டார்.

"என்.... கற்கண்டே !... பால்க்கடலே !... பொற் கொடியே!..." அவர் வாய் குளறிற்று; இப்படி நவயுக வர்ணனை உதிர்த்தார். செண்பகத்தைத் தூக்கிக்கொண்டு ஓடினார்... அவ்வளவுதான். இருவரும் தரையில் சாய்ந்தனர். சீமாட்டி பரபரப்பாக எழுந்தாள். ஜெமீன்தார் முகத்தைச் சிரித் துக்கொண்டே தூக்கினாள். அவர் வாய் இரத்த அருவியாகக் காட்சி அளித்தது.

வரதாச்சாரி தயாரிப்பதாகச் சொல்லி.. மருத முத்துவிடம் வாங்கிக்கொடுத்த "பிள்ளை வரமருந்து" தன் வேலையை முடித்துக்கொண்டது. குண்டடி பட்ட சிங்கம்போல... ஜெமீன்தார் ஒருமுறை வாய் திறந்தார்...பிறகு திறக்கவே யில்லை.

விடிந்தது.

சேத்பவனம் அழுதது. பூசாரி மருதமுத்து சிரித்தான். ஜெமீன்தார் திடீரென இறந்த காரணம் யாருக்குந் தெரியாது. திருட்டு வழக்கில்தான் மாட்டிக்கொள்ளாமலிருக்க மருதமுத்து செய்து தந்த மருந்தின் வேலை யென்பதும் தெரியாது! வரதாச்சாரி தன் பெண்ணுக்குக் கொடுத்த வரதக்ஷணை ரூபாய் இரண்டாயிரமும் அவிர்ப்பாகம் செய்து தருவதாக ஜெமீன்தாரிடம் வாங்கிய பணம் என்மதும் மருதமுத்துக்குத் தெரியாது.

பூசுரருக்குப் புன் சிரிப்பு...! பூசாரிக்குப் பெருஞ் சிரிப்பு...!

ஜெமீன்தாரின் உடலைத் தின்று சுடலையில் கிளம்பும் புகைப்படலம்....காற்றோடு கலந்து 'பிள்ளையோ பிள்ளை' எனக் கீழ்ஸ்தாயில் ஒலித்தது போலிருந்தது.

2

வரதாச்சாரி தந்த வரப்பிரசாத மகிமையால் சேத்பவனத்துச் சீமாட்டியின் சிங்கார வாழ்வு அஸ்தமித்தது. ஆனால் இருட்டிலும் நிலவு உண்டே அதுதான் குழந்தை கோகிலா.

பிரேமா கோகிலாவை விற்பனை செய்ய வரும் போது நடந்தது இது...

பிள்ளையில்லாக் குறையால் வாடிய சேத்பவனத்து ஜெமீன்தார்- பிள்ளையைக் காப்பாற்றும் வகையறியாது வதங்கிய பிரேமா- இவர்கள் படைப்பின் அவலட்சணத்திற்கு அடையாளங்கள்.

பிரேமா... 'பிள்ளையோ பிள்ளை' என்று கூவினாள்- மார்க்கெட்டில் 'கீரையோ கீரை' என்று கூவுகிற மெட்டில் பிரேமா மனித மார்க்கெட் உண்டாக்கினாள். ஆனால் அவள் குழந்தையை விற்பதற்காக அங்கு வரவில்லை. சீமாட்டியின் பங்களாவில் ஒரு வேலைக்காரி பதவியில் அமர எண்ணினாள். குழந்தையை வளர்க்க அவளுக்கு அந்த வழி ஒன்றுதான் இருந்தது. ஆனால் சீமாட்டியின் கருணை எல்லை மீறி விட்டது. அவள் குழந்தை தனக்கே வேண்டுமென்று கேட்டாள். 'அவள் குழந்தையிடம் காட்டிய ஆசை பிரேமாவின் வாழ்வைக் கத்தரித்துக் கொள்ளத் தூண்டிற்று.

உண்மையிலேயே சீமாட்டி யின் நினைப்பு அதுவல்ல. எண்ணியபடியே எதுவும் நடக்காது என்பர் வேதாந்த விற்பன்னர். நடப்ப தெல்லாம் ஆண்டவன் செயல் என்றாள் பிரேமா. பிரேமாவின் சாரமில்லா ஜீவியம் அந்தப் பாவியின் செயல்தானா என்று கேட்கத்தான் தூண்டும். பிரேமா மட்டும் கடைசியில் ஆண்டவன் தலையில் பாரத்தைப் போடவில்லை. வாழ்க்கையில் ஏற்பட்ட வேதனை அவளாகத் தேடிக்கொண்டது என்பதை உணர்ந்தாள்; உணர்ந்தபின் தான் சேத்ப வனத்தை நாடிவந்தாள்.

சீமாட்டி பிரேமாவை வேலைக்காரியாக ஏற்றுக் கொண்டிருந்தால் குழந்தை கோகிலாவுக்காகவாவது பிரேமா உயிரைப் பிடித்துக்கொண்டிருப் பாள். தன்னுடைய வேலையைச் சீமாட்டி வலுவில் ஏற்றுக்கொண்டபோது- அவளுக்கு ஏன் வாழும் ஆசை !

அதன் காரணமாகத்தான் சீமாட்டி அளித்த 50 வெண்பொற்காசுகளைப் பிரேமா பெற்றுக்கொள்ளவில்லை. பிரேமா சீமாட்டியிடம் விடை பெற்றுக் கொள்ளும்பொழுது மட்டும் கோகிலாவை மூன்று முறை பார்த்தாள். அதற்குமேல் அவள் பார்க்க விரும்பவில்லை. அவள் கண்களில் நீர் இல்லை. தொண்டைக்குழி மாத்திரம் விம்மிற்று. எரிமலை தனது கடைசி நெருப்புக் குழம்பை வாரி இறைக்கும் போதுகூட அவ்வளவு ஜுவாலை இருக்காது

பிரேமாவின் பெரு மூச்சிலே இருந்ததுபோல. உலகத்தைக் கவிழ்க்கக் கங்கணங் கட்டிக்கொண்ட ஒரு பூகம்பத்தைப்போல அவளது இதயங் குலுங்கிற்று.

பிரேமாவுக்கும் குழந்தை கோகிலாவுக்கும் நடுவிலே ஒரு மெல்லிய மின்சாரக் கம்பி ஓடிற்று. பிரேமா சில விநாடிகள் அப்படியே ஸ்தம்பித்து நின்றுவிட்டாள்.

குழந்தை கோகிலா பேசுவது போலிருந்தது. ஏதோ கதை சொல்வதுபோல் தெரிந்தது. பிரேமா அந்தக் கதையைக் கேட்டாள். அவள் மட்டும்தான் அந்தக் கதையைக் கேட்க முடியும். மூன்று மாதக் குழந்தை சொன்ன வரலாற்றிலே சற்று லயித்தாள்! கோகிலாவின் கொவ்வை இதழ்கள் அசைந்தன கதை ஆரம்பமாயிற்று.

பிரேமாவுக்கு வயது 15! நல்ல அழகி என்று ஊரார் சொல்லுவார்கள். அவளும் தன்னைக் கண்ணாடியில் பார்க்கும் போதெல்லாம் சிறிது கர்வமடைவது வழக்கம்.

"பிரேமா! ஆமாம் பிரேமாதான்! மிருதுவான பேச்சுக் காரியே ஒழியப் பாகுமொழி பேசி, பழி வாங்கும் பத்திரகாளியல்ல! பிரேமையைக் கீதமாக மாற்றிப் பேசுகிறாள். இன்பத்தைப் பூசியிருக்கும் இரண்டு இதழ்கள் ! ஒளியை மொண்டு நிற்கும்

கண்கள் ! வாழ்வில் ஜீவநாடியே பிரேமா என்ற வார்த்தைதான்- எண்ணங்களை அசைக்கும் தென்றல் காற்றுத்தான் பிரேமா என்ற பெயர்! கன்னங்களில் மின்னும் 'கவின்' இதயத்தைக் குத்தும் ஈட்டியாக ஏன் அமையவேண்டும்? "பூங்காற்றே! பொற்கொடியே!" என்றெல்லாம் கண்ணபிரான் வருணித்தான். கண்ணபிரான் ஓர் எழுத்தாளன். வைதிக வரதாச்சாரியாரின் மகன்! வரதாச்சாரி மாடிவீட்டில் வாழும் மகிபர்! அதோடு ஞானாசிரியர்? அவரது மகன் கண்ணபிரான் எழுத்தாளர் பட்டம் பெற்றதில் அதிசயமென்ன இருக்கிறது?

பிரேமாவைப்பற்றி எழுத்தாளர் கண்ணபிரான் தீட்டிய வர்ணனை இரவல் சரக்கு! யாரோ ஒருவர் யாருக்கோ எழுதியது! இன்றைய பல எழுத்தாளர்கள் கைக்கொள்ளும் முறையைத்தான் கண்ணபிரானும் அனுஷ்டித்தான். ஆனால் அவனது திருட்டுத்தொழில் பிறப்பாலும் பணத்தாலும் செல்வாக்காலும் மறைக்கப்பட்டிருந்த காலம் அது!

பிரேமாவுக்குக் கண்ணபிரான்மேல் அளவு கடந்த மோகம், கண்ணபிரானும் பிரேமாவும் காதலராக வாழத் திட்டம் தயாரித்தனர்.

பிரேமா ஏழைதான்! ஆனால் வரதாச்சாரியாரின் மருமகளாகப் போகிறோமே என்ற துணிவு மட்டும் உண்டு. அவள் தன் ஓட்டை வீட்டில் உட் கார்ந்திருக்கும்பொழுது கண்ணபிரானுடன் மேல் மாடியில் உலாவுவதாக நினைத்துக் கொள்வாள். பிரேமா ஒரு குடியானவப் பெண்-கண்ணபிரான் பழுத்த வைதிகரின் பிள்ளை! இருவருக்கும் நடுவிலே ஜாதி ! 'சாதிச் சனியன் ' என்ற கட்டுரை எழுதியிருந்தான் கண்ணபிரான். அவன் பிரேமாவை ஏமாற்றமாட்டான் என்பதற்கு அந்தக் கட்டுரைச் சாட்சி. சாதித் திமிருக்கு இடங்கொடுக்க மாட்டேன் என்று கண்ணபிரான் எழுதிய கடிதங்கள் பல! "பிராமணன் என்கிற உயர்ஜாதி கர்வம் என்னி

டமில்லை பிரேமா! நாம் இருவரும் காதல் என்ற ஜோதியால் புனிதமாக்கப்பட்டுவிட்டோம். காதலுக்காக உயிர் கொடுத்தத் தியாகச் சொரூபிகளின் அடிச்சுவடுகளே நமது பூஜைக்குரியன.

விதி நம் மைப் பிணைத்துவிட்டது. அது நம்மைப் பிரிக்க முடியாது. பிரிக்கவும் துணியாது" என்றெல்லாம் கூறினான். பிரேமா காதல் பாதையில் கால்வைத்து விட்டாள். கண்ணபிரான் விஷயத்தில் வரதாச்சாரி தலையிடவில்லை. பிரேமாவின் தாயார் ஒரு தள்ளாத கிழவியானலும் பிரேமாவைப் பலமுறை எச்சரித்தாள்.

கண்ணபிரான் அய்யங்கார் - அவனுக்கும் நமக்கும் ஏணி வைத்தாலும் எட்டாது. அவனை நம்பிக் கெட்டுப் போகாதே பிரேமா என்று அடிக்கடி சொல்லிவந்தாள்.

"எல்லாம் விதிப்படி நடந்துதான் தீரும். தயவுசெய்து என்னைத் தடுக்கவேண்டாம் " எனக் கேட்டுக் கொண்டாள் பிரேமா. கனியைக் கசக்கும் என்று சொல்வது போலவும் - அமிர்தத்தை விஷம் என்று கூறுவது போலவும் இருந்தது கிழவியின் பேச்சு பிரேமாவுக்கு.

பிரேமாவின் எண்ணக் கோட்டைகள் உச்சியை முட்டுமளவு உயர்ந்தன. அடிக்குடி சந்திப்புகள், கொஞ்சு மொழிகள், கோலாகலங்கள் இவைகளுக்கு குறைவேயில்லை.

"பிரேமா! உன்னை நான் மனப்பூர்வமாக நம்பியிருக்கிறேன். ஆனால் இலவு காத்தக் கிளியாக ஆகிவிடுவேனோ என்னவோ?’’

"ஏன் கண்ணா! அவ்வளவு பயம்? எனக்கு முன் முந்திக்கொள்ளப் பார்க்கிறீர்களா?"

'இல்லை பிரேமா எதிர்த்த வீட்டுக் கமலாவின் விஷயத்திலிருந்து பெண்களிடம் பழகுவதிலேயே எனக்குப் பெரிய பயம் ஏற்பட்டுவிட்டது"

"எதிர்த்த வீட்டுக் கமலாவைப் பற்றியக் கதை ருசிகரமானதுதான் கமலாவையே மணப்பதாகச் சாந்தாராம் உறுதி செய்துகொண்டிருந்தான்.அவளும் அப்படித்தான் சொன்னாள். ஆனால் அவள் மாலையிட்டது மனோகரனுக்கு " இதுதான் கதையின் முக்கியக் கட்டம். இதைத்தான் கண்ண பிரான் பிரேமாவிடம் இடித்துக் காட்டினான்.

பிரேமா கண்ணபிரானின் ஆலிங்கனத்தி லேயே மெய் மறந்து விடுவாள். அதையே சொர்க்க மென்று நினைப்பாள். காதலின் வலிவுதான் என்னே ! கேவலம் ஒரு குடியானவன் வீட்டுப் பெண்ணை உயர்குடிப் பிறந்த வரதாச்சாரியாரின் மகன் மணந்துகொள்வதாகச் சத்தியம் செய்வதென்றால் காதல் தெய்விகம் பொருந்தியது என்று சொல்லக்கூடாது ?" என்று தனக்குள்ளேயே கேட்டுக்கொள்வாள்.

காதல் வளர்ந்தது; கொழுந்துவிட்டெரிந்தது; அரும்பின் முனைப்பிடிப்புகள் விலகின ; மலர் மணம் சிந்திற்று; மகரந்தம் உதிர்ந்தன. பொன் பொடிகள் தூவிய புத்தம் புதிய இதழ்கள் விரிந்தன.

தள்ளாத வயதில் காலத்தோடு போராடிக் கொண்டிருந்த தாயின் போராட்டத்திற்கும் ஒரு முடிவு ஏற்பட்டது. அவள் காலம் முடிவடைந்தது. "புத்திசாலித்தனமாக நடந்துகொள் பிரேமா !" என்று மரணத் தறுவாயிலும் அவள் கூற மறக்க வில்லை. 'விதிப்படி நடக்கும் அம்மா' என்று பிரேமாவும் பதில் சொல்லத் தயங்க வில்லை.

பிரேமாவின் வாழ்வில் தனிமையென்பது ஒரு கசப்பான மருந்தாயிற்று. எத்தனை நாளைக்குத் தான் கள்ளக் காதலர்களாக இருக்கமுடியும் ? அவள் திருமணத்திற்குத் திட்டம் போட்டாள். கண்ணபிரானிடம் ஒருநாள் அதைக் கூறியும் விட்டாள்.

"திருமணம் செய்துகொண்டால்தானா நாம் வாழ முடியும்? இப்பொழுது நம்மிடமிருந்து இன்பம் விலகியா நிற்கிறது!" என்று கண்ணபிரான் பதில் சொன்னான்.

பிரேமாவின் முகம் மாறிற்று! ஆவலின் அஸ்திவாரம் ஆட்டம் கொடுத்தது போல் தெரிந்தது. நிலைமையைச் சமாளித்துக்கொண்டாள். அந்தச் சமயத்தில் அவளது கன்னத்தை ஒருசிறு தட்டுத் தட்டினான் கண்ணபிரான். கொதிக்கும் நெருப்பில் குளிர் நீர் ஊற்றியது போல் இருந்தது அவளுக்கு.

"எழுத்தாளரே! காதலில் ஜீவனைக் காணும் கவிஞரே! பிரேமா என்ற சொல்லில் பிரணவ மந்திரம் பொதிந்து கிடப்பதாக வர்ணித்த புலவரே! மலை யுச்சியிலிருந்து மளாரெனக் குதித்து விட்டீரே!" என்று கிண்டல் செய்ய ஆரம்பித்தாள் பிரேமா.

உண்மையாகவே கிண்டல் உள்ளக் கிளர்ச்சியாக மாறிவிட்டது.

பிரேமாவுக்கும் கண்ணபிரானுக்கும் திருமணம் நடைபெறுவதற்கு முன் குழந்தை பிறந்த கட்டம் வந்தது. பிரேமா ஒரு பெண் குழந்தையைப் பெற்றெடுத்தாள். ஆனால் பிரேமாவுக்கு இன்னும் திரு மணமாகவில்லை.

பிரேமாவுக்கும் கண்ணபிரானுக்கும் திருமண மாகவில்லையே தவிர-கண்ணபிரானுக்கும் மீனாட்சிக்கும் விவாக சுபமுகூர்த்தம் முடிந்துவிட்டது.

தேசீய எழுத்தாளர் ஸ்ரீமான் கண்ணபிரான் அவர்களுக்கும் மயிலை பெரியபண்ணை ரங்கநாத அய்யங்கார் மகள் மீனாட்சியம்மாளுக்கும் மணமான செய்தி போட்டோக்களோடு வெளிவந்தது.

இந்த முகூர்த்தம் முடிவதற்குள் பிரேமா தனது காதலனுக்கு ஆயிரமாயிரம் கடிதங்கள் எழுதினாள். வரதாச்சாரியார் மகன் வரதக்ஷணைப் பிரச்சினையில் நாட்டம் செலுத்தினான். மீனாட்சியின் புகைப்படத்தில் மனத்தைப் பறிகொடுத்தான். அவளைப்பற்றிச் சொல்லோவியம் தீட்ட அயல்நாட்டுக் கவிதைகளில் ஏதாவது வர்ணனை கிடைக்குமோ என்று தேடிக்கொண்டிருந்தான். பிரேமாவின் கடிதங்கள் - அவளது கதறல்கள் கேட்பாரற்றுப் போயின. பிறந்த சிசுவைத் தூக் கிக்கொண்டு பிரேமா வெளிக் கிளம்பினாள். அப் பொழுதுதான் அவளது மாஜி மாமனார் வரதாச்சாரி விதி விளையாடுகிறது என்று கூறினார். தேச பக்தர் தெய்வசிகாமணி சுதந்திரமில்லாக் கோளாறு என்று சொன்னார். பொதுவுடைமைப் பொம்மு ராயர் பொருளாதார ஸ்தம்பனம் எனப் புகன்றார்.

பிரேமாவுக்கு இரங்குபவர் யாருமில்லை. "திமிர் கொண்ட சிறுக்கி அய்யங்கார் மகனைக் கெடுத்தது மில்லாமல் குழந்தையை வேறு தூக்கிக்கொண்டு யார் குடி கெடுக்கவோ அலைகிறாள்" என்று ஊர் உளறிற்று.

கண்ணபிரான் செய்த விபசாரம் வெளிவர வில்லை. ஆண்மையால் அது மறைக்கப்பட்டு விட்டது. அதற்கு ஜாதித்திரையும் விடப்பட்டது. எதிர்த்த வீட்டுக் கமலா

சாந்தாராமை ஏமாற்றி வேறொருவனை மணந்தது விபசாரம் என்று கூறப் படவில்லை. காரணம் கமலா வீட்டுத்தயவு பலருக்கு வேண்டியிருந்தது.

பிரேமா ஒரு திக்கற்ற ஏழை! அவள் மட்டும் விபசாரியாக்கப்பட்டு விட்டாள். விபசாரத்திற்கு விளக்கந்தர அவள் கையிலே ஒரு குழந்தை. ஆனால் கழுத்திலே தாலி இல்லை.

கமலா சாந்தாராமின் ஆசைக்குரியவளாக, அணைப்புக்குரியவளாக இருந்தது தெரியாத்தனம்! பிரேமா கண்ணபிரானை நெஞ்சாரக் காதலித்தது மட்டும் விபசாரத்தனம்! கண்ணபிரான் பிரேமாவை ஏமாற்றியது ஜாதிப்பெருமை-சமூகப்பாதுகாப்பு. சாந்தாராம் கமலாவைக் காதலித்தது மட்டும் சண்டாளத்தனம் -இது ஊரார் தீர்மானம். ஏன்? உலகமே அப்படித்தானே. இங்கே நல்ல தீர்ப்பு ஏது?

மளிகைக் கடையில் சாமான் வாங்கும் சாதாரணப் பேர்வழி கொஞ்சம் உளுந்தை எடுத்துத் தன் கூடையில் போட்டுக் கொண்டால் அது திருட்டு. கூடைக்காரன் முக்கால் மணங்கை முழு மணங்காக அளந்தால் அது வியாபாரத் தந்திரம்!

சாதாரண மனிதன் பொய் சொன்னால் அது பஞ்சமா பாதகம். வக்கீல் சொன்னால் திறமை! குடிசையில் வாழும் குப்பன் குடித்துவிட்டு ஆடினால் அவனுக்குக் குடிகாரப்பட்டம். அதே காரியத்தை பெரிய மனிதர்கள் என்று பேசப்படுவோர் செய்தால் அது 'எஞ்சாய்மெண்ட்'.

சாதாரண மனிதன் தன் மனைவியைப் பிறருக்குத்தானம் செய்தால் அது மானமற்ற காரியம்!' அதே வேலையை இயற்பகை நாயனார் செய்தால் அது பக்திப்பிரவாகம்.

பாஞ்சாலியைப் பத்தினி என்று சொல்லும் உலகந்தானே இது. இந்த உலகத்திலே பிரேமாவுக்கு மட்டும் எங்கிருந்து நல்ல தீர்ப்பு வந்து குதிக்கும்?

கமலா காதலனை ஏமாற்றினாள். கண்ணபிரான் பிரேமாவை ஏமாற்றினான். இதில் நடு நிலைமைத் தீர்ப்புக் கூற இந்தப் பாழும் சமுதாயம் சம்மதிக்கவில்லை. குழந்தையை வளர்த்தாக வேண்டுமே? இந்தக் கவலை பிரேமாவைக் எப்பிக்கொண்டது.

குழந்தையின் கண்ணொளியில் பிரேமா கண்ணபிரானைக் காண்பாள்: கண்ணீர் பெருக்குவாள். 'ஜாதித் திமிர்' என்று முணுமுணுப்பாள். மாண்ட தாயாரின் உபதேசம் நினைவுக்கு வரும். விதி! விதி என்று பலமுறை கூறுவாள்.

எங்கேயோ ஒருஊர்க் கடைத்தெருவில் பிரேமா குழந்தையுடன் செல்கிறாள். கடைத்தெருவில் தொங்கிய விளம்பரம் அவள் கவனத்தை இழுத்தது. அதன் விளைவாக "நாகரிக நாடகக் கம்பெனியில்" சேர்ந்தாள். அவளுக்கு இயற்கையாக அமைந்த சங்கீத ஞானம் பக்கபலமாக இருந்தது.

உலகைப்பற்றியே சரியாகத் தெரிந்து கொள்ளாத பிரேமா-விதியை நம்பி வாழ்ந்த பிரேமா அய்யர் குலத்தை அமரர் குலமாகக் கருதியிருந்த பிரேமா - வெளுத்ததெல்லாம் பாலென எண்ணி விடும் பிரேமா -தற்கால நாடக உலகில் விபசாரக் கலையை வளர்க்கும் விஷ ஊற்றுக்கள் இருப்பதை எப்படி அறிவாள்.

இரண்டு மாதங்கள் நகர்ந்தன. பிரேமாவின் வாழ்க்கையின் இரண்டாவது அத்தியாயம் ஆரம்பமாயிற்று. வேஷம் போட்டுக்கொள்ளும் பகுதி... புகழ் பரவும் பகுதி -மாலைகள்

விழும் பகுதி என் முறையில் வாழ்க்கை ஏடுகள் புரண்டன. நாடக விளம்பரங்களில் 'பிரேமாபாயின்' பெயர் ஸ்பெஷல் வர்ணங்களால் எழுதப்பட்டன.

"பிரேமா இன்று உன் நடிப்பு பலே ஜோர்" "ஆமாம் அப்படித்தான் சொன்னார்கள்."

"நீ இன்னும் முற்போக்கடைய வேண்டுமென் பது என் ஆசை."

"இல்லை என் குழந்தையைக் காப்பாற்றும் அளவில் என் வாழ்க்கை இருந்தால் போதும்,"

"குழந்தையைக் காப்பாற்றுவதை மட்டும் வாழ்க்கையின் குறிக்கோளாகக் கொள்வது எவ்வளவு முட்டாள் தனம் என்பது உனக்குத் தெரியவில் லையா?"

"வேறு நான் வாழ்வதற்கு இந்த உலகில் எந்த ஆதாரமும் இல்லை."

"உன் விதவைத் துயரைத்தீர்த்துவிதவிதமான இன்பங்களை உன் முன் அடுக்கிவைக்கக் காத்துக் கொண்டிருப்பவனை முருங்கை மிலார் என்று நீ கருதுகிறாயா?"

"அப்படிக்கூறக் கருதவில்லை. நஞ்சை நாக்கில் தடவும் நயவஞ்சகனாகக் கருதுகிறேன்."

"பிரமா இதோ பார் நான் இந்தக் கம்பெனியின் சொந்தக்காரன்."

"சார்! தெரியும் தயவு செய்து என்னைத் தொடதீர்கள்."

ஒரு நாள் இரவு பிரேமாவுக்கும் பிரேமாவுக்கும் உரிமையாளருக்கும் இந்த சச்சரவு!

கம்பெனி உரிமையாளர் வெற்றி பெறவில்லை யென்று பிரேமா நெஞ்சார ஒத்துக்கொள்ள மாட்டாள். நளாயினி நாடகத்திலே நல்ல பெயர் வாங்கிய அன்றுதான் இந்த நாடகமும் நடந்தது.

சொந்தக்காரரிலிருந்து ராஜபார்ட், காமிக் நடிகன், சீன் இழுப்பவன் வரையிலே பிரேமாவின் காற்று வீசும் பக்கத்தில் வாலைக் குழைத்து நின்றனர். பிரேமா விரும்பியிருந்தால் நாடகராணியாய் மாறியிருக்கலாம்.

சினிமா மோகினியாகத் தோன்றியிருக்கலாம், எத்தனையோ கண்ணபிரான்களைக் கடைக்கண்ணுக்கு இரையாக்கி இருக்கலாம். ஆனால் அவளது வாழ்வு ஒரே ஒரு தேவையின் மேல்தான் தொங்கிக்கொண்டிருந்தது. கோகிலா! ஆம் அவள் குழந்தை! அதற்காக அந்தப் பைத்தியம் உயிர் வாழ்ந்தாள். ஆனால் அவளைச் சுவைக்க ஒரு எறும்புப் பட்டாளம் அணி வகுக்க ஆரம்பித்தது. ஒரு நாள் திடீரெனக் கம்பெனியை விட்டு பிரேமா மறைந்து விட்டாள்.

எங்கெங்கோ சுற்றினாள் - என்னென்னமோ எண்ணினாள். பசி! பசி! இந்தக் கொடுமையை அவளாவது பொறுத்துக்கொள்ள முடியும், அந்தச் சிசு என்ன செய்யும்? குழந்தைக்குப்போது மான பால் அவளிடம் இருந்தால்தானே! குழந்தை வீர் வீர் என அலறும் அவளும் அதோடு சேர்ந்து கொள்வாள். குழந்தை தாயின் முகத்தைப் பார்க்கும். பிரேமா மகளின் முகத்தைப் பார்ப்பாள். இந்த இருவர் முகங்களையும் பார்க்க மமில்லை. "அந்தப்பாவி கண்ணபிரான்" என்று

நினைக்கத் துவங்குவாள் தள்ளாத கிழத்தாய், நான் சொன்னதைக் கேட்டாயோ பிரேமா?" என்று புலம்புவதுபோல் இருக்கும். பிரபஞ்சம் தன்னை பார்த்து அலட்சிமாகச் சிரிக்கிறது என்று எண்ணிக்கொள்வாள். விதி என்ற ஒரு பேய் எதிரே நின்று, கைகொட்டிச் சிரித்து என்னை நம்பி ஏமாந்தாயா என்று ஏளனம் செய்வது போல் தெரியும், கண்களை மூடித்திறப்பாள்! இரண்டு சிவசமுத்திர நீர்வீழ்ச்சிகள் அவள் கன்னங்களைக் குளிப்பாட்டிக் கொண்டிருக்கும். மறுபடியும் சிசுவை நோக்குவாள் உலர்ந்த உதடுகளை அசைத்த வண்ணம். அது தாயின் மேலாடையை நகர்த்தும். பின்னர் அவள் முகத்தைப் பார்க்கும். பிரேமாவின் முகத்தில் வழியும் கண்ணீர் பாலாக இருக்கக்கூடாதா என்று கேட்பதுபோலிருக்கும். அந்தப் பேதைக் குழந்தையின் சோகப் பார்வை !

நாட்கள் ஒன்று, இரண்டு, மூன்று நாள்? பிரேமாவுக்குச் சேத்பவனத்து சீமாட்டியின் பேட்டி கிடைத்தது. வேலைக்காரி பதவிக்கு விண்ணப்பம் போட்டாள். ஆனால் சீமாட்டி, குழந்தை தனக்கே வேண்டுமென்றாள். பழம் நழுவிப் பாலில் விழுந்தது போலாயிற்று ! பிரேமாவின் ஆசை தீர்ந்தது. பெரிய பாரம் நீங்கிற்று.

பிள்ளையோ பிள்ளை வியாபாரம் வெற்றிகர மாகத்தான் முடிந்தது.

ஆனால் அவள் வாழ்வு ????

ஏழை

வழக்கம் போல் பானுவின் தள்ளு வண்டி 'பார்க் நோக்கிப் புறப்பட்டது. பானுவின் சின்னஞ்சிறு வாயிலிருந்து சிதறிக் கொண்டேயிருக்கும் மழலை மொழிகட்குப் பதில் பேசியவாறு வண்டியைத் தள்ளிக் கொண்டு போனாள் பார்வதி. பானுவுக்கு வயது ஆறு கூட ஆகவில்லை. வீட்டில் 'துரு துரு' என்று சும்மாயிருப்பதில்லை, முக்கியமாக அப்பா அம்மாவைப் பேச விடுவதில்லையென்றால் பாருங்களேன். காலையிலிருந்து கிராமக் கணக்குவழக்கு, குத்தகைதார் பணம் பட்டுவாடா, கிசான் தொல்லை, வியாபாரப் பிரச்சனை இவ்வளவையும் கவனித்துவிட்டு, மாலை ஆறு மணிக்கு மேல்தான் நல்லக்கண்ணுப்பிள்ளைக்கு ஓய்வு. அந்த ஓய்வு நேரத்தில் ஒரு விநாடிகூட வீணாகப் போய்விடக் கூடாது என்பது பிள்ளையின் நோக்கம். ஆறு மணி எப்பொழுதுவரும் என்று எதிர்பார்த்திருக்கும் கருணாம்பாள்-ஆமாம் அவரது மனைவி-அந்த அம்மையாரும் அந்த ஓயா உல்லாசத்தைத்தான் விரும்பினார்கள். அவர்களின் இனிய பொழுதை, அந்தத் தீராத விளையாட்டுப் பிள்ளை... தொடர்ச்சி கெடும்படி நடுநடுவே அறுத்துவிடும். என்னதான் புத்திரபாசமிருந்தாலும் சற்று நேரம் யாருடைய தொந்தரவுமின்றி இருக்கத்தான் கருணாம்பாளின் மனம் விரும்பியது. அதுவுமென்ன? அந்தத் தம்பதிகள் ஏழைகளா?-- இன்பம் என்ன நிறம் என்று கேட்க? குடிசை மன்னர்களுக்கும் ராணிகளுக்கும்தான் தங்கள் வறுமை ராஜ்யத்தில் இன்பத்துக்காக ஒரு சில நிமிடங்கள்கூட ஒதுக்க முடியவில்லை. கடன்காரரர் படையெடுப்பு; தயிர்க்காரி முற்றுகை- இவ்வளவையும் சமாளித்துவிட்டு இரவு, கருணை கூர்ந்து தருகிற சில மணி நேரங்களில் கர்ம வினையை நினைத்துப் புலம்பவும்-கடவுளை எண்ணி அழவும், போனது போக, மிச்ச நேரத்தை எப்போதாவது பயன்படுத்திக் கொள்ளலாம். அதுவும் ஏழை சாம்ராஜ்யத்தில் பிரஜைகள் அதிகம். ஏழெட்டுக் குழந்தைகளுக்குக் குறையாது. ஏழாவது

குழந்தை முதல் குழந்தையைவிட ஆறு வயதுதான் இளையதாயிருக்கும். கருணாம்பாளைப் போலக் காசைத் தூசியாக மதித்துக் கர்ப்பப்பையை மாற்றிப் போட வசதியா படைத்திருக்கிறார்கள் அந்தப் பரிதாப ஜந்துக்கள்!

இளமை தேயாதவன்; எழில் குறையாதவன். இப்பேர்பட்டவனைத்தான் பார்வதி கணவனாகப் பெற்றிருந்தாள். அவன் மில் வேலை முடிந்து ஐந்து மணிக்கெல்லாம் வீட்டுக்கு வந்திருப்பான். அவனை வரவேற்று உபசரிக்க அவளுக்கு வேலை ஒழியவில்லை. எஜமானுக்கும் எஜமானிக்கும் தேவையான ஓய்வுக்காக-அந்த ஏழையின் இளம் மனைவி-பார்வதி-தன் பருவ உணர்ச்சியைக் கட்டுப்படுத்திக் கொண்டு பானுவைப் 'பார்க்கு'க்குஅழைத்துச் சென்றாள். ஒருநாள் மட்டுமா? இல்லை.நாள்தோறும். அவள் பெண்ணல்ல; இந்த உலகத்தில் ஒரு மாடு பகல் முழுவதும் எலும்பு முறிய உழைப்பதுபோல வீட்டு வேலைகள். அவளுக்கு. எஜமான் மாளிகைதானே வீடு! மாலையில் சூரியனுக்குக்கூட வேலை முடிகிறது. ஆனால் பார்வதிக்கு..? இதை அவளால் நினைக்கத்தான் முடியவில்லை. நெஞ்சைத்தான் படைத்தானே- அந்த நேர்மையற்றவன்-வயிற்றையும் ஏன் படைத்தான்?

யார், யாரைக் கேட்பது?

பூஞ்செடிகளின் அசைவை- பூங்கொத்துகளின் அழகை- பானுவுக்குக் காட்டித் தானும் ரசித்துக் கொண்டிருக்கையில்...... வானம் கறுத்துக் கொண்டு வருவதைக் கண்டாள். மாதம் முடிந்து சம்பளம் கேட்கும்போது அதைவிட அதிகமான கறுப்பை எஜமானின் முகத்தில் பார்வதி அடிக்கடி பார்த்திருக்கிறாள். பழகிப் போனபடியால்... வானத்தின் மாற்றத்தை லட்சியம் செய்யாமலே வீடு நோக்கி நடந்தாள். அவள் மன அலைகள் எல்லாம் அன்று அத்தான், மூக்குத்தி, முத்தப்போட்டி...

இவைகளிலே மோதிக் கொண்டிருந்தன. இன்பக் கனவு இல்லாவிட்டால் அவள் உலர்ந்த உதடுகளில் புன்னகை தலை நீட்டியிருக்காதல்லவா? சுவையான கனவு என்பதால் தான் கண்கள் அப்படி மின்னிக்கொண்டிருக்க வேண்டும். அத்தான் முத்தம் தருவது போன்ற கனவோ, அல்லது முதல்நாள் தந்த நினைவோ... அவள் கன்னங்கூட குப்பென்று சிவந்துவிட்டது.

ஒன்றுமில்லை... மூக்குத்தி வாங்கி வருகிறான் அத்தான், பல நாளாகச் சேர்த்த காசு... மூக்குத்தியாக உருவெடுக்கிறது. துடைப்பக் குச்சியை எடுத்துத் தூர எறிந்துவிட்டு பார்வதியின் மூக்கில் அவனே அந்த ஆபரணத்தை அணிவிக்கிறான். கறுத்த மேனியில் அந்த வெள்ளை மூக்குத்தி பளிச்சிடுவது, நீலவானத்தில் நிலா கிளம்புவதை நினைவூட்டுகிறது. ‘‘பார்வதி... எங்கே?’’ என்று அத்தான் உதடுகளை மொக்காக ஆக்குகிறான். பார்வதியின் இதழ்களும் குவிகின்றன. மொட்டுகள் மோதி மலர்ந்து விடுகின்றன. ‘சஞ்சீவி பர்வதத்தின் சாரலில்’ ஒரு முக்கிய பகுதி நடந்தேறுகிறது.

கனவு மங்களம் பாடுகிறது. பார்வதி சுய நினைவுபெறுகிறாள். வண்டியில் பானு ‘‘மழை வருது. மழை வருது’’ என்று பாட ஆரம்பித்து விடுகிறது. இரண்டு கனமான மழைத்துளிகள் பார்வதியின் முகத்தில் விழுந்து சிதறின.

உலகை அதிரச் செய்யும் இடிகள்-வான மனிதனின் அகோரச் சிரிப்பு-பயங்கரக் கண்வீச்சு-கடலைக் கவிழ்த்து விட்டதுபோல மழை இமயம் உருண்டு விந்தியத்தில் மோதிடுவது போன்ற அதிர்ச்சி!

பார்வதிக்கு பானு நனைந்து விடுவாளே என்ற பயந்தான். பாவம், அந்த ஏழைக்கு எஜமான் வீட்டில்-இல்லை. இல்லை.... குழந்தையின் மேல் அவ்வளவு பாசம். மனிதவர்க்கம் என்பது ஏழைக் கும்பல் தானே.

பணக்காரமனிதர் மிருகக் கூட்டம். அதில் மனிதர்களும் தவறிப் பிறப்பதுண்டு. ஏழை மனிதர் குழுவில் துன்பம் தாங்கமாட்டாமல் மிருக வளர்ச்சியடைவோருமுண்டு. அந்த வளர்ச்சி இன்னும் பார்வதியைப் பிடிக்கவில்லை. இதெல்லாம் ரஷ்யப் பேச்சு என்பார் நல்லகண்ணப்பிள்ளை. ரஷ்யா என்றால் அவருக்கு விஷயம் சாப்பிடுகிற மாதிரி.

பார்வதி நன்றாக நனைந்து விட்டாள். குழந்தைக்கு ஒரே பயம்; அலற ஆரம்பித்துவிட்டது. மரத்தடியில் நின்றுவிட்டாள் பார்வதி. அவ்வளவு கஷ்டத்திலும், பயங்கரத்திலும் வரப்போகிற அந்த இன்ப இரவு அவள் முகத்தில் தனித் தெளிவை அதிகப்படுத்தியபடி இருந்தது.

திடீரென்று அந்த மரத்தின் பெரிய கிளை முறிந்து விழுந்தது.

மழை நின்றுவிட்டது. புயல் ஓய்ந்து விட்டது.

நல்லகண்ணுப் பிள்ளையின் மோட்டார் வெகு வேகமாகச் சாலையில் பறந்து வந்தது.

முறிந்து கிடக்கும் அந்த மரத்தடியில்... “பானு” என்று சத்தம் போட்டபடி இறங்கினார் பிள்ளை.

பானு மயக்கமாய்க் கிடந்தது. தூக்கி மூர்ச்சை தெளிவித்தார். ‘அப்பா’ என்று கண் விழித்தது குழந்தை. காரில் குழந்தையோடு ஏறி உட்கார்ந்தார். கார் புறப்பட்டுவிட்டது, டாக்டர் வீட்டை நோக்கி.

மரத்தடியில் கிடந்த இன்னொரு உருவம் கண் விழித்தது. “அத்தான்...அய்யோ...” - நீண்ட பெருமூச்சு.

கண்கள் மூடிக் கொண்டன.

யார் அது?

ஏழை!

கண்டதும் காதல் ஒழிக!

"முறுக்கு மசால்வடை!"

"கரம் சாயா!"

"சோடா, கலர்,ஆரஞ்சு!"

"ரொட்டி பிஸ்கத் வெத்திலை பாக்கு அசோகா "எலிபென்ட் சிகரெட், தாஜ்மகால் பீடி"

"ஏய் சாயா! ஒரு சிங்கிள் கொடுடா"

"காலணா பீடி கொடு"

அம்மா....... எனக்கு ரொட்டி!"

"அப்பா....... சோடா வாங்கித் தா"

"சும்மா இருடா கழுதே! ராத்திரியிலே சோடா செரிக்காது"

"ஏய்! ஆரம்பிக்கிறியா இல்லையா......."

"ஆரம்பிக்கலேன்னா டிக்கட்டை வாபஸ் பண்ணுடா!"

"அர்த்த ராத்திரியிலே ஆட்டம் போடுவானுவ போலிருக்கு"

"காலிப் பசங்கள்! எல்லோரும் விடாமல் கை தட்டுங்கப்பா....அப்பதான் சீன் தூக்குவான்

"ஏய் விசிலடிக்கத் தெரியுமா?"

"நல்லாத் தெரியும். அதுக்குத்தானே நான் டிராமாவுக்கு வர்ரது."

"அப்ப.......ஆரம்பிச்சிடு" "ஷ்ஷ்ஷ் ஷ் ......"

"ஓகோ கோ கோகோ உஸ்......."

தேவி கானசபையில் "திரௌபதி வஸ்திராபர நாடக ஆரம்பத் தினத்தன்று நாடக நேரம் நாழிகை நகர நகர...... நாலாபக்கங்களிலும் இருந்து கிளம்பிய பேரொலிகள் ஒன்றோடொன்று மோதித் தெறித்து அந்தக் கீற்றுக் கொட்டகையையே நடுங்க வைத்தன.

நாடக சம்பந்தமான ஒத்திகைகள் பார்ப்பதில் சுறுசுறுப்புத் தேவையில்லை என்ற கொள்கையுடைய நாடக முதலாளி, நடிகர்கள் அலங்காரம் செய்து கொண்டிருக்கும் போதுதான் காட்சி ஒத்திகைகள் நடத்திக்கொண்டிருந்தார். அந்த அலட் சியத்தை அவர், தம் தொழில் மேதாவித் தனத்தைக் காட்டுகிறது என நம்பினார்.

இனிச்சமாளிக்க முடியாது என்ற ஆபத்தான கட்டத்தில்... நாடக மணி ஒலித்தது.

முதற் காட்சி பஞ்சபாண்டவர் ஆலோசனை மண்டபம். அவசரத்தில் அர்ச்சுனன் 'கதை' யையும், வீமசேனன் வில்லையும் தூக்கிக்கொண்டுவந்து நின்றார்கள்.

"வீமசேனா" என்று தருமர் அழைக்கவும்.... வில் வைத்த ஆசாமி அண்ணா என வணங்கவும், கொட்டகை பூகம்பத்தால் ஆடுவதுபோலச் சிரிப்பு. முழங்கிற்று. திரை சடக்கென விழுந்தது. ஆயுதங்களை அவர்கள் சரிப்படுத்திக் கொண்ட பின் மீண்டும் திரை சுருண்டது. திரௌபதி குலுக்கு நடை போட்டுக்கொண்டு பிரவேசித்தாள். கொட்ட கையில் - அமைதி.

அவள்....நல்ல அழகப்பா !"

"ஆமாம்! பாத்திரத்திற்கேற்ற முக வெட்டு "அலட்சியச் சிரிப்பு அப்படியே வழியுது பார் "

"வழியும் வழியும் !"

"என்னடா கிண்டல்?"

"கிண்டல் இல்லை குமார்! நாடகக்காரி மேலேயே இப்படி யென்றால்......?"

"நாடகக்காரி யென்றால் மட்டமா? நளினம், பாவ உணர்ச்சி எல்லாம் அவளுக்கு அடிமை. வாழ்க்கையில் சுவை வற்றிப் போகாமலிருக்க இவள் போன்ற கலையரசிகளின் காதலைத் தான் பெறவேண்டும்."

'அப்படியானால்- காதல் ஆரம்பமாகி விட்டதுன்னு சொல்லு"

"ஆமாம்! கன்னியொருத்தியைக் கண்டதும், "உள்ளம் களவு போவது தானே காதல்." "என்னடா கவிதை பொழிகிறாய்?"

"காதல் மழையடா, செவிடு "

"சரி.......பைத்தியம் முற்றிவிட்டது."

"யார் பைத்தியம்? முட்டாள்! இது, கண்டதும் காதல்!"

"குமார்!"

"நடராஜ்! என்னைத்தொந்திரவு செய்யாதே.... உன் பேச்சைக்கேட்க நேரமில்லை... அவள் வாய் திறக்கப்போகிறாள்."

"இந்த எழுத்தாளர்களே இப்படித்தான்! முணுமுணுப்போடு நடராஜ் நாடகத்தைக் கவனித்தான்.

குமார், புயலும் படகுமானான்.

"இந்த முட்டாள் தருமன் ஒரு மரக்கட்டை மகாராஜா! தங்க விக்கிகரம் வந்து நிற்கிறது....தழுவிடாமல் தர்பார் நடத்துகிறானே" என ஏளன மொழி பேசிற்று அவன் உள்ளம்.

"நான் மட்டும்...தருமனாய் தருமன் என்ன சகாதேவனாய் நடித்தால் கூட........

நடித்தால் கூட போதும். இந் நேரம் இந்தச் சிங்கார மயிலை ......!'

குமார், சுரக்கும் உமிழ்நீரை உறிஞ்சிக் கொண்டான்.

"சரி.... நாளைக்கே இந்தச் சபாவில் ஒரு நடிகனாகச் சேர்ந்து விடுவது !" - ஒரு மகோன்னத முடிவைக் கண்டு பிடித்ததுபோல அவன் தலை நிமிர்ந்து கொண்டது.

வீமசேனனிடம் வசனம் முடிந்த பிறகு, தருமர் திரௌபதியை நோக்கினார். திரௌபதி வணங்கி நின்றாள். மலர்ந்த முகத்தோடு தருமர்... அவளைப் பார்த்து "அன்பே சீதா அருகில் வா" என்று... முடிக்கவில்லை...... கொட்டகை, "சே ! உள்ளே போடா என்று சிரித்தது.

முதல் நாள் நடந்த "ராமாயண" நாடக வசனத்தை தருமர் வேடம் போட்டவர் இப்போது தவறிச் சொல்லிவிட்டார் என்று....யாரும் மன்னிக்கத்தயாராயில்லை. கொட்டகை, தருமருக்கு தடையுத்தரவு போட்டதும்.... அவர் மௌன விரதம் ஆரம்பித்து விட்டார். மிரள மிரள விழித்தபடி திரௌபதி நின்றாள். தருமர் வசனத்தை நாமாவது பேசுவோமென்று... அர்ச்சுனன் வேஷக்காரன்..... "அன்பே திரௌபதி அருகில் வா!...... என் தம்பி அர்ச்சுனன் திக்விஜயம் செய்யப்போகிறானாம்........" என்று ஆரம்பித்தான்.....

"ஏய்! நீயும் உள்ளே போ." கொட்டகை ஆத்திரத்தோடு உத்தரவிட்டது.

நாடக முதலாளி புஷ்பராகம் பிள்ளை மேடைக்கு ஓடிவந்து ..... "சகோதரர்களே" என்று எடுத்தார்.

"அஞ்சு சகோதரர்கள் அசையாமல் நிக்கிறாங்கோ...
அவுங்ககிட்டே பேசப்பா!" என்று குரல் கொடுத்தது
கொட்டகை.

ஐவரும் உள்ளே ஓடினர். "ஏய் பஞ்சபாண்டவர் ஓட்டம்.
திரௌபதி தனியா நிற்கிறாள் பிடி பிடி கொட்டகையில்
கெக்கலிப்பு.

திரௌபதியும் உள்ளே ஓடினாள். திரை விழுந்தது.
கொட்டகையில் யாரும் உட்கார்ந்திருக்கவில்லை. முன்
திரையில் காட்சியளித்துக்கொண்டிருந்த காளிகாதேவியின்
முகத்தில் ஒரு கல்வந்து விழுந்தது. 'குய்யோ முறையோ'
வெனக் கூவியபடிபெண்கள் திசைகெட்டு ஓடினார்கள்.

கீற்றுகளைக் கிழித்துக்கொண்டு கற்கள் உள்ளே நுழைந்து
கொண்டிருந்தன. நாடக முதலாளி ஒலிபெருக்கி மூலமாக
உள்ளிருந்தபடி கத்தினார். பயனில்லை நீங்களெல்லாம்
மனிதர்கள் தானா? என்று ஒலிபெருக்கி கேள்வி போட்டது.
அதற்குப் பதில் வரவில்லை. ஆனால்...... ஒலிபெருக்கி
மட்டும் உடைந்து விழுந்தது. காவற்காரர்களுக்கும்
பொதுமக்களுக்கும் கை கலப்பு.

"டேய் பாரத யுத்தம்!" என்றான் ஒரு கிண்டற் கார தடியன்.
இதற்குள் யாரோ ஒருவன் நெருப்புக் குச்சிக்கும் வேலை
கொடுத்துவிட்டான். "லங்கா தகனம்' நாடகம்
ஆரம்பமாயிற்று. தீ வளர்ந்து, தாவியது. முதலாளியைக்
காணவில்லை. காளிதேவி திரை தீப்பிடித்துக் கொண்டது.
கொட்டகை முறிந்து எரிந்தபடி சாய்ந்தது. பக்கத்திலிருந்த
வயற்புறத்தை நோக்கி நடிகர்கள் சிதறினர். "நடராஜ், நடராஜ்'!
என்று கத்திப்பார்த்தான் குமார். தன் உள்ளக் கோயில்
கொண்ட அந்தக்குயில், வெந்து கருகிவிடுமோ என்ற குமுறல்
எழுந்தது அவனுக்கு! என் கோமளவல்லி எங்கேயென

ஓடினான். அப்போதுதான் திரௌபதி சிங்காரிப்பு அறையை விட்டுப் பறந்து கொண்டிருந்தாள். குமாரும் தொடர்ந்தான்... கொட்டகையில் தீ! குமாரின் இதயமெல்லாம் தீ !......அந்தத் தீ -தீங்கனியாக மாறப் போகிறதென்ற ஆசை அவனைக் காற்றாக்கிற்று. ஓடிக்கொண்டேயிருந்த திரௌபதி ஒரு வரப்பில் தடுக்கி விழுந்தாள். அவனும் விழுந்தான். அவன் இதயராணிக்குப் பேச்சு மூச்சில்லை. குமார் அவளைத் தன் மடியில் சாய்த்துக்கொண்டு அவள் கன்னங்களைத் தடவிக் கொடுத்தான். துண்டை எடுத்து முகத்தில் விசிறினான். நெஞ்சைத் தடவிக் கொடுத்தான். சில நிமிடங்கள் ஆனந்த மௌனம்.

"கண்ணே"

கட்டு மீறி யெழுந்த அந்த வார்த்தை. ஒரு பெரு மூச்சுடன் கலந்து கொண்டது. அவன் கலையரசியின் தலையை மெதுவாக உலுக்கினான். திரௌபதி... தெளிவுபெற்று விழித்தாள். எழுந்து உட்கார்ந்தாள். வெகு தூரத்தில் எரிந்து கொண்டிருந்த கொட்டகையின் செந்நிற ஒளியில், தன் காதலியின் தங்கமேனி மெருகேறுவதை ரசித்த படியே குமார் அசைவற்று விட்டான்.....

அவள் நன்றாக நிதானம் பெற்றுவிட்டாள். குமாரின் குதூகலம் கொள்ளிடத்து வெள்ளமாயிற்று. "கண்மணி!" என்று அவளைக் கட்டி யணைத்தான்......

திரௌபதி சிரித்துக்கொண்டே.... தன் தலையில் கை வைத்தாள்.

"போப்பா" கையோடு வந்தது. கிராப்பு வைத்த திரௌபதி! குமார் குழம்பிவிட்டான்..... "கண்மணி அல்ல.. என் பெயர்

கங்காதரன்" ஒன்று சொல்லிக்கொண்டே திரௌபதி சேலையை அவிழ்த்து வீசியெறிந்தாள்.

வேட்டி கட்டிய கங்காதரன் நின்றுகொண்டிருந்தான். திரௌபதி காணப்படவில்லை. திரௌபதி வஸ்திராபகரணம் வயற்புறத்தில் நடந்துவிட்டது.

"ஆணையா காதலித்தாய் காதலித்தாய்? அட அசடே" என்றது குமாரின் மனம்.

கண்டதும் காதல் ஒழிக!" என்ற பெருங் கூச்சல் குமாரையும் அறியாமம் கிளம்பிற்று.

கங்கையின் காதல்

கைலாயத்தில் சிவபெருமான் நன்றாகத் தூங்கிக் கொண்டிருந்தார். கழுத்திலிருந்த பாம்பு கீழேயிறங்கி மான் குட்டியோடு விளையாடிக் கொண்டிருந்தது. அருகில் ஆழ்ந்த நித்திரையிலிருந்த பார்வதி தேவிக்குப் பாதங்களை காளை மாடு சொரசொரப்பான நாக்கால் நக்கிக் கொண்டிருந்தது கூடத் தெரியவில்லை. தேவலோகத்துப் பெண்களுக்கே தூக்கத்தில் இடி விழுந்தாலும் தெரியாது போலிருக்கிறது; இல்லாவிட்டால் சீதா பிராட்டி தூங்கும் போது அவள் மேனியை இந்திரன் மகன் காக்கை உருவில் ரசித்திருக்க முடியுமா? பார்வதியின் முகத்தில் வியர்வை அரும்பு கட்டி இருந்தது. பரமசிவனாரின் உடலும் தூக்கத் தில் அசைவற்றுக் கிடந்தது. மகேஸ்வரனுக்கு ஐந்து தலைகள் அல்லவா? நான்கு தலைகளைக் கழற்றி மான் தோலில் சுருட்டி ஒரு மூலையில் வைத்திருந்தார். இல்லாவிட்டால் தூங்குவதற்கு வசதிப் படாதே !

ஆழ்ந்த உறக்கம்—அமைதி-அந்த அமைதியைக் கிழித்துக்கொண்டு கிளம்பும் சிவன் தம்பதிகளின் பெரிய மூச்சுக்கள்.

சிவனின் தலையிலே ஒரு ஜடை சற்று வேகமாக அசைந்தது. அந்த அசைவைத் தொடர்ந்து கங்கா நடந்துகொண்டிருந்தாள்.

பூனையைப் போன்ற... பஞ்சுப் பாதங்களை சிவனின் தலையில் வெகு லாவகமாக வைத்துச் சுற்றுமுற்றும் பார்த்த படி எங்கேயோ போய்க்கொண்டிருந்தாள்.

ஒரு ஜடையின் அடியில் போய் நின்றுகொண்டு, தங்கக் கரங்களை கிளைகளில் நீட்டியபடி யாரையோ எதிர்

பார்த்திருந்தாள். அவள் நீலக் கருவிழிகளைக் கிளைகளின் நடுவே நீண்ட இரண்டு கரங்கள் பொத்தின.

கங்கையின் கைகள் அவளையறியாமல் அந்தக் கைகளைப் பிடித்துக்கொண்டன. அல்லித் தண்டில் ரோஜா மலரைப் பொருத்தி வைத்தது போலிருக் தது அந்தக் கைகலப்பு.

"சந்திரா!" தேனுண்ட மயக்கத்தில்-களைப்புற்ற வண்டின் கீழ் ஸ்தாயி ரீங்காரம் போலிருந் தது அந்த அழைப்பு.

சந்திரா.... ஆம் சந்திரன் தான். சிவனாரின் தலை யில் குடியிருக்கும் அந்த வாலிபன்தான். பஞ்சோடு நெருப்பை வைத்தலாகாது என்பார்கள். முருகனின் மயிலோடு.... பாம்பை வைத்திருப்பவர்தானே பரமேஸ்வரன். கங்கையைத் தலையில் கொண்டவர் சந்திரனை காலிலாவது வைத்திருக்கலாம்; என்னவோ 'பாவம்' அவர் தலை எழுத்து!

'"கங்கா! கண்ணே !''

சந்திரா !... சல்லாப ரூபா!..."

"அன்பே!.... நேற்று ஏண்டி வரவில்லை ?" "நேற்று என்முறை. இன்று பார்வதி முறை"

"மெதுவாகப் பேசு... சிவன் விழித்துவிடப் போகிறார்."

"நல்ல வேளை... தலையில் கண்ணில்லை. விழித்தாலும் பயமில்லை..."

"நீ கிண்டல்காரி கங்கா !" "நீ மட்டும் என்னவாம் "

"கங்கா....! உனக்கு அந்தக் கிழவனோடுபேசப் பிடிக்கிறதா ?"

"பிடித்திருந்தால்... சந்திரனை ஏன் தேடுகிறேன்."

"தாரை பேசுகிற மெட்டில் பேசுகிறாயே.... அவளும் இப்படித்தான். அவள் புருஷன் தாடியும் மீசையுமாய்த் தள்ளாத காலத்தில் அவளைக் கஷ்டப் படுத்துகிறானாம்"

"எங்களைப்போலத் தாரையும் கங்கையும் தள்ளாத கிழவன்களுக்கு வந்து சேர்ந்தால், உன்னைப் போலச் சந்திரர்களுக்கு வேட்டைதான்."

"என்ன இருந்தாலும் நாம் செய்வது பாபந் தான்.... இல்லையா?"

"சந்திரா....! பூலோகத்திலே பாவம் செய்தால் கைலாசத்துக்கு வரமுடியாது. நாம்தான் கைலாசத்திலேயே இருக்கிறோமே. இதைவிடப் பெரிய பாபம் இருந்தாலும் கண்டு பிடிக்கவேண்டும் தெரியுமா? இந்த பாபத்துக்கெல்லாம் நாமா பொறுப்பாளி ? தாரை உன்னை நேசித்தாள். கணவனுக்குத் துரோகம் செய்தாள் என்கிறார்கள் மூடர்கள். தாரைக்கு நெஞ்சம் - அதில் ஆவல்-ஆனந்த வாழ்வைச் சுவைக்கும் துடிப்பு -- இவற்றையெல்லாம் விட்டு அவளை விபசாரி என்றால் யார் கேட்பது...? நீ குருபத்தினியைக் கூடியது பாபமாம். பைத்தியக்காரரின் உளறல். குருவுக்குச் செய்யவேண்டிய தொண்டு; அவர் மனைவியின் கவலையைப் போக்கினானே அது பெரிய தொண்டல்லவா?"

"நான் தான் என்ன செய்துவிட்டேன்!"

ஆகாயத்திலிருந்த என்னைப் பகீரதன் கூப்பிட் டான். பகீரதனுடைய அழகைக் கண்டு என்மேனி குலுங்கிற்று, மேனி மட்டுமா? இதயமே குலுங்கிற்று. அந்தக் காமதாகத்தை வர்ணிக்க என்னால் முடியாது சந்திரா...!கம்பன் பிறந்துவரவேண்டும்; அவ்வளவு எல்லை மீறிவிட்டது என் உணர்ச்சி. ஒரு நாட்டு மன்னன்; சகலபோக போக்கியமுமுள்ள சக்ரவர்த்தி; அவனோடு சரச சல்லாபமாடி.. ஜென்ம சாபல்ய மடையலாம் என்று கனவு கண்டேன். ஆனால் அந்தக் கையாலாகாதவன்....என்னை இந்தக் கைலாசக் கிழவனிடம் தள்ளிவிட்டான். இவனோ கிழவன்... கிழவன் மட்டுமா..... தாருகா வனத்து ரிஷிகளின் மனைவிகளுக்காக....... உடலையே தேய்த்து விட்ட எலும்புக்கூடு. அதுமட்டுமா சந்திரா...! பக்கத்திலே பார்வதி, இன்பக் கேளிக்கைக்குக் கால அட்டவணை. ஒருத்திக்கு ஒரு நாள் முறை. என்னால் முடியுமா?....என் போன்ற யுவதிகளால் முடியுமா?...ஏன்...பார்வதியால் தான் முடிந்ததா?... பிரமாவை யல்லவா கேட்கவேண்டும் அந்தக் கதையை"

"இரண்டு பெண்டாட்டிக்காரன் பாடெல்லாம் இப்படித்தான்....'

"சந்திரா! தினந்தினம் பூலோகத்துக்குப் போகிறாயே...அந்த மக்களிடம் இந்த ஒரு வார்த்தையை உபதேசம் செய்வாயா?"

"என்ன கங்கா?"

'கிழவனுக்குப் பெண் கொடுக்காதே! இரு தார மணத்துக்கு இணங்காதே! இதைச் சொல்வாயா?.. என் பொருட்டுச் சொல்.... என்போன்ற பெண்கள் இனியும் தோன்றாமலிருக்க இதைச் சொல்....?'

"ஆகட்டும் கண்ணே வா- பிடரிப்பக்கம் போவோம். அங்கோன் இருட்டாயிருக்கும்"

"சந்திரனும் கங்காவும் மறைந்து விட்டார்கள். சற்று நேரத்தில் எம்பெருமான் திடுக்கிட்டு விழித்தார். பக்கத்தில் பார்வதி அசைவற்று உறங்கிக் கொண்டிருந்தாள். தலையைத் தொட்டுப் பார்த்தார். அப்போதுதான் அவசர அவசரமாகக் கங்கா ஓடிவந்து அங்கே உட்கார்ந்தாள்.

ஒரிஜினலில் உள்ளபடி!

"இதைப் பெரிய டைப்பில் போடு"

"சரி சார்"

"கதா காலட்சேபம் !... உம். ஏனப்பா! 'க்ஷே' என்று போடாமல் 'ட்சே' போட்டுத் தொலைக்கிறாய்? ஒரிஜினலில் உள்ளபடிதானே உன்னைக் கம்போஸ் பண்ணச் சொன்னது?"

"..................."

"அம்மன் 'பிளாக்'கை இப்படி நடுவில் போடு. இந்த ஓரத்தில் அழகாய் 'பார்டர்' கட்டிச் செட்டியார் 'பிளாக்' கைப் போடு"

"சரி சார்"

"உம், ஆமாம். என்ன புரியுதா? உன் சுத்தத் தமிழை யெல்லாம் இதிலே காட்டாதே, ஒரிஜினலில் உள்ளபடி போடு"

"..................."

"செட்டியார் பொல்லாத கோபக்காரர். உன் செந்தமிழ் நடையைக் காட்டினால் நம்ப அச்சாபீஸ் கடையைக் கட்ட வேண்டியதுதான்"

"அதான் ஒரு தடவை சொன்னீங்களே சார்! ஒரிஜினலில் உள்ளபடியே கம்போஸ் பண்றேன் சார்."

"உனக்குத்தான் மறதி ஜாஸ்தியாச்சே! உம், போ, ஒரிஜினலில் உள்ளபடி போடு"

கம்பாசிட்டர் கந்தசாமி வேதாந்தி பிரஸ் மானேஜர் வேலாயுதம் பிள்ளையிடம் தான் அச்சுக் கோத்த ஒரு 'நோட்டீஸ்' மாதிரித் தாளைக் காட்டியபோது நடந்த உரையாடல் மேலே காண்பது.

கந்தசாமி மானேஜரால் குற்றம் சொல்லப்பட்ட மாதிரித்தாளைக் கிழித்தெறிந்து விட்டு, ஒரிஜினலை எடுத்து ஒரு முறை படித்தான்.

மணி மணியான எழுத்துக்கள், கந்தசாமியின் முகத்திலே ஒரு பரிதாபம் பிரதிபலித்தது.

'திரௌபதி அம்மன் கோவில் மகா கும்பாபிஷேகம்' விளம்பரத்தின் தலைப்பு இது. நிகழ்ச்சி நிரல் என்ற பகுதியில் 'ஸ்ரீஜகத் யோகானந்த சுவாமிகள் பாஞ்சாலி சுயம்வரம் என்பது பற்றி உபன்யாசிப்பார்கள்,' என்ற குறிப்பு இருந்தது. கந்தசாமி உதடுகளைக் கடித்துக் கொண்டான். ஒரு ஏளனம் பிதுங்கும் குட்டிச் சிரிப்பும் அதைத் தொடர்ந்து ஓர் ஆபாசமான பெருமூச்சும் வெளிக் கிளம்பிற்று.

"நானும் இந்தப் பிரசுக்கு வந்து ஐந்து வருஷமாயிற்று. இந்த ஆபாசம் பிடித்த புராணக் குப்பைக்கு அச்சுக் கோப்பதைவிட தூக்கு மாட்டிக் கொள்வது எவ்வளவோ மேல்! அட தமிழ் எழுத்துக்களே! மலர்களை மாகாளிக்கு காவு கொடுக்கும் ஆட்டுக் குட்டிக்குப் போடும் மாலையாகவும் கட்டுகிறார்கள், மணமாலையாகவும் தொடுக்கிறார்கள். அதே போல் நீங்களும் தித்திக்கும் தேன் சுவைக் கதைகளை, வாழ்வுக்கு வழிவகுக்கும் வசன நடைகளைப் புத்தக வடிவில் பின்னுகிறீர்கள்; பொய்மைப் பித்தலாட்டம், புனை சுருட்டு

பொங்கி வழியும் புராணங்களும் உங்கள் சிருஷ்டியாகின்றன. ஆமாம், மனிதர் கையில் அலைக்கழியும் மலர்க்கூட்டம் போலத்தான் இந்த எழுத்துக் கூட்டமும்!''

அவன் இதய அலைகள் ஓய்ந்தன. எதையோ கண்டுபிடித்தவன் போல கந்தசாமி கண்களை விசாலமாய்த் திறந்தான். மீண்டும் கையில் இருந்த 'ஒரிஜினலை' ஒரு முறை பார்த்தான். அதில் ஒவ்வோர் எழுத்தும் அவனை உற்றுப் பார்த்தன. அவன் உள்ளத்தில் ஊடுருவிப் பாய்ந்தன. வாய்க்குள் உளறினான். "மகாகும்பாபிஷேகம்..... ம்.... மட உலகம்...''

அலட்சியம் நிறைந்த வெறுப்பு அவன் முகத்தில் கோடுகளைக் கிழித்தது. மீண்டும் தனக்குள் பேசிக் கொண்டான்.

"கொள்ளையடிக்கிற செட்டி செய்கிறானாம் கும்பாபிஷேகம்!...... கும்மாளம் போட்டு ஊரைக் குட்டிச்சுவராக்குகிறான். இந்தக் குருடர்களும் நம்புகிறார்கள். எனக்குத் தெரியுமே... இவன் ஏகாம்பரம் மனைவியைக் கற்பழித்த கதை. பெரியண்ணப் படையாச்சி பிராணாவஸ்தையில் இருந்தபோது அவர் வீட்டுப் பணப்பெட்டியை அமுக்கியதில்தானே இவன் வீட்டுக்குப் 'பெரிய பண்ணை' பட்டம் கிடைத்தது! வேதாளபுரம் வெங்கடாசலபதி கிரீடத்தின் வைரங்களைப் பெயர்த்து விற்றதில் தானே விசாலமான வீடு கட்டினான். இவற்றையெல்லாம் மறைக்க கும்பாபிஷேகம் செய்து விட்டால் போதுமா?...... அட, படுபாவி! நரகம் என்று ஒன்று இருந்தால் உன் நரம்புக்கு நரம்பு நாகப் பாம்பை விட்டுக் கடிக்கச் சொல்லணுமேடா !... நீ கோயில் கட்ட வந்து விட்டாய்–கோயில்! ராமநாதன் செட்டியாரே, இரு! இரு! ஒருகை பார்க்கிறேன். உயிர் போனாலும் கவலையில்லை.''

கந்தசாமியின் தலை கம்பீரமாய் நிமிர்ந்தது. எதிரே நிற்கும் படைத் தலைவனைப் பார்த்து “எடு வாளை” என இறுமாந்து உரைக்கும் பண்டைய திராவிடப் போர் வீரனைப்போலக் கந்தசாமி நின்றான். அவனுக்கெதிரே ராமநாதன் செட்டியார் நிற்பதாக அவன் நினைவு!... பிறகு மளமளவென்று அச்சுக் கோக்க ஆரம்பித்தான். அவன் வாய் முணுமுணுத்துக் கொண்டேயிருந்தது.

“என்ன கம்பாசிட்டர், ஆச்சா?” என்று அதட்டினார் மானேஜர்.

அச்சுக்கோத்த மாதிரித்தாளை எடுத்து நீட்டினான் கந்தசாமி.

அருமையான கட்டம், அழகான முறை. அந்த விளம்பரத்தாளின் அமைப்பே அலாதியாக இருந்தது.

அச்சு நிலையத்து வாயிலில் கார் வந்து நின்றது. ராமநாதன் செட்டியார் இறங்கி வந்தார்.

“ஆச்சா?” என்றார் ஆவல் பார்வையுடன்.

சில்க் சட்டையில் நிற்காமல், வழுக்கிக் கீழே விழுந்த வெண்பட்டை எடுத்துச் செட்டியாரின் தோளில் போட்டு விட்டான், பின்னால் வந்த வேலைக்காரன். அந்த அடிமையின் நிலைகண்ட கந்தசாமியின் தொண்டைக்குழி விம்மிற்று. செட்டியார் வாயிலிருந்து எப்படி விமர்சனம் வரப் போகிறதோ என்று வாய்பிளந்தபடி நின்றார் மானேஜர்.

“பேஷ் ஜோராயிருக்கு; பத்தாயிரம் நோட்டீஸ் போடுங்க”

“எஸ்” மானேஜர் கூனன்போல் நின்று கொண்டிருந்தார்.

“செட்டியார் வேலைக்காரனைப் பார்த்து, “டேய் ரத்தினம்! இங்கேயே இருந்து நோட்டீசையெல்லாம் வாங்கி...”

“சுவத்திலே ஒட்டி விடுகிறேனுங்கோ”

“அட மடையா!... இது ‘வால்போஸ்ட்’ இல்லைடா. தெருவுக்குத் தெரு கொண்டு போய்க் கொடுடா. பத்தாயிரம் நோட்டீசும் சாயந்திரத்திற்குள்ளே செலவாகி விடணும்...ஆமாம்”

“உத்தரவு எஜமான்”

மானேஜர் தலைவணங்கிக் கும்பிட்டு வழியனுப்ப ராமநாதன் செட்டியாரின் கார் பறந்தது.

“ஓய் மிஷின்மேன்! பத்தாயிரம் நோட்டீஸ்” உடனே போடு. ‘புளு’ மையில் போடும். ஓய்! கம்பாசிட்டர்! நோட்டீசைத் தயாராக்கிக் கொடு, சீக்கிரம்”

மானேஜர் அவசரத்தால் குதித்துவிட்டுச் சாப்பாட்டுக்குப் புறப்பட்டார். கந்தசாமி மாதிரித்தாளுடன் உள்ளே சென்றான். அச்சுக் கோர்வையை எடுத்து எடுத்து இரும்புச் சட்டத்தில் பொருத்தினான். அப்போது அவன் கைகளில் சிறிது நடுக்கம் காணப்பட்டது. அவன் முதலில் கோர்த்திருந்த சில எழுத்துக்களைப் பிடுங்கினான். வேறு எழுத்துக்களைப் பொறுக்கி அந்தக் காலி இடங்களில் அமைத்தான்.

அச்சு இயந்திரத்தில் இரும்புச் சட்டம் ஏறிற்று. ஒன்று... இரண்டு...... மூன்று...... நூறு..... ஆயிரம்...... பத்தாயிரம்...... ‘நோட்டீஸ்’கள் அடித்து முடிந்தன. கந்தசாமியே அதை எடுத்துக் கட்டிக் கொடுத்தான். வேலைக்கார ரத்தினம்

விளம்பரச் சுமையோடு நடையைக் கட்டினான். செட்டியார் உத்தரவுப்படி. பத்தாயிரம் 'நோட்டீசை'யும் ஊரெங்கும் பரப்பிவிட்டுத் தான் உட்கார்ந்தது அந்த அடிமை.

மறுநாள் கும்பாபிஷேகம். தாங்கமுடியாத கூட்டம். செட்டியார் சர்வாலங்கார பூஷிதராய் தம் சகாக்களுடன் காரில் வந்து இறங்கினார். மற்றொரு காரில் ஒரு மங்கையர் கூட்டம் வந்து இறங்கிற்று. கூட்டத்தை ஒருமுறை பார்த்தார். 'எல்லாம் என் பெருமை' என்று அவருடைய நிமிர்ந்த தலை சொல்லிற்று. ஓர் அலட்சியமான புன்னகை-வேண்டுமென்றே வரவழைத்துக் கொண்டது... அகம்பாவம் தெறிக்கும் கண்கள் அகலமாகிக் கொண்டன.

கூட்டம் அவரைப் பார்த்துவிட்டது.

ஒரே ஆரவாரம்!...

“ஏய் காமநாதன் செட்டியார்... காமநாதன் செட்டியார்”... இப்படி ஒரு பேரிரைச்சல் கிளம்பி விட்டது. அநாவசியமான கைத்தட்டல். ஒரே நையாண்டி சிரிப்பு! இடையே, “காமநாதன் செட்டியாரே! போகாநந்த சுவாமிகள் எங்கே? என்ற கேள்விகள்! “பொருத்தமான” பெயர்களப்பா... காமநாதன்- போகாநந்தர்.. இப்படி ஒரு விமர்சனம். மீண்டும் கைத்தட்டலும் சிரிப்பும். “கண்ட பெண்களைக் கற்பழிக்கும் காமநாதன் செட்டியாருக்கு” என்ற ஒற்றைக்குரல். இதைத் தொடர்ந்து 'ஜே ஜே' கோஷம். இதற்குள் ஒன்றும் புரியாத சிறுவர்கள் 'திரு திரு'வென விழிக்கும் செட்டியாரைப் பணக்காரப் பைத்தியமென்றெண்ணி வீசிய சிறு சிறு கற்கள் எல்லாம் சேர்ந்து பெரிய குழப்பத்தை, போலீசாரின் குண்டாந்தடிப் பிரயோகம் வரையில் கொண்டு வந்துவிட்டன. செட்டியாரின் முகத்தில் விளக்கெண்ணெய் வடிந்தது. “கும்பாபிஷேகமும் வேண்டாம்; எழயும்

வேண்டாம். திருப்புடா காரை'' என்று கர்ஜித்தார். கார்கள் கல் மாரியோடு திரும்பின. செட்டியார் தோற்றோடுகிறார் என்ற நினைப்பில் மீண்டும் பலத்த கரகோஷம்!

'லெக்னம்' தவறக்கூடாது என்ற சாஸ்திரிகளின் முடிவுப்படி செட்டியார் இல்லாமலேயே கும்பாபிஷேகம் நடைபெற்றது. நிகழ்ச்சி நிரலில் கண்டவாறு யோகானந்த சுவாமிகள் உபன்யாசத்திற்காகச் செட்டியார் வீட்டில் வந்து இறங்கினார். செட்டியார் சோக உருவமாகச் சாய்ந்திருந்தார். யோகானந்த சுவாமிகள் முகத்தில் எள்ளும் கொள்ளும் வெடித்தன.

"செட்டியார்வாள்!... என்னை அவமானப்படுத்த எத்தனை நாள் எண்ணியிருந்தீர்?" என்று ஆத்திரத்தை அள்ளிக் கொட்டினார் சுவாமிகள்.

''என்ன சாமி!... புரியாமல் பேசுவது...!'' என்றார் சாவதானமாகச் செட்டியார்.

''இதோ பாரும்.''

யோகானந்த சுவாமிகள் விளம்பரத் தாளை எடுத்துச் செட்டியாரிடம் வீசினார்.

''திரௌபதி அம்மன் கோயில் மகா கும்பாபிஷேகம்'' செட்டியார் படித்தார்.

''இதற்கென்ன சுவாமி?''

''முழுதும் படிங்க ஐயா''

செட்டியார் படிக்க ஆரம்பித்தார்.

“ஸ்ரீஜத் போகானந்த சுவாமிகள் பாஞ்சாலி விபசாரம் என்பது பற்றி உடன் யாசிப்பார்கள்” “அடடா!... போகானந்தர் ஆகியிருக்கு! பாஞ்சாலி சுயவரம்-பாஞ்சாலி-விபச்சாரம் என்று மாறியிருக்கு. உபன்யாசிப்பார்கள் என்பது உடன் யாசிப்பார்கள் என்று இருக்கு!... இது எந்த அயோக்கியன் செய்த வேலை?”

செட்டியார் சிம்மம்போல் உறுமினார். யோகானந்த சுவாமிகளுக்கு வாய் பேசாமலேயே கையும் காலும் ஆடின. அப்போது எதையோ புதிதாகக் கண்டுபிடித்த கணக்குப்பிள்ளை “இதோ பாருங்க இதோ பாருங்க” என்று நோட்டீசை’க் காட்டினார்.

“இப்படிக்கு அம்பாள் ஊழியர் காமநாதன் செட்டியார்” என்ற கொட்டை எழுத்துக்கள் அவை!

ராமநாதன் செட்டியார் எழுந்து அகோர நர்த்தனத்தை ஆரம்பித்துவிட்டார். பல்லைப் படபடவென்று கடித்துக் கொண்டார்.

“அச்சாபீசுக்காரன் உண்மையைத்தான் போட்டிருக்கிறான்” என்று (சொல்லவில்லை) தனக்குள் எண்ணிக் கொண்டார் கணக்குப்பிள்ளை.

“ஏய் டிரைவர்! காரை எடு” -செட்டியார் உத்தரவு.

ಂಂಂಂಂಂ

வேதாந்தி பிரசின் முன்னே கார் நின்றது. மானேஜர் ரூம், யானைகள் புகுந்த வெண்கலக் கடையாயிற்று.

"ஏய் கம்பாசிட்டர்! டேய்" என்று உருத்திராகாரமாக அழைத்தார் மானேஜர் வேலாயுதம் பிள்ளை.

கம்பாசிட்டர் கந்தசாமி வந்து நின்றான்.

ஓங்கி ஓர் அறை! கந்தசாமி மானேஜரால் தாக்கப்பட்டான்.

அடிபட்ட கந்தசாமி அழவுமில்லை; ஆத்திரப்படவுமில்லை; சிரித்தான்.

"என்னடா சிரிக்கிறாய், தடிப்பயலே!"

மானேஜர் 'நோட்டீசை' அவன் முகத்தில் எறிந்தார்.

"ஒன்றுமில்லை சார்; ஒரிஜினலில் உள்ளபடியே அச்சுக் கோர்த்திருக்கிறேன்."

"ஒரிஜினலா? எதுடர ஒரிஜினல்? ஒரிஜினலில் பாஞ்சாலி விபச்சாரம் என்றுதான் போட்டிருக்கோ "

"ஆமாம். இதற்கு உண்மையான ஒரிஜினல் பாரதம் இத்தக் கையெழுத்து நோட்டீஸ் அல்ல!.. பாரத ஒரிஜினலில், ஐவருக்கும் தேவியாகவும் ஆறாவது புருஷனாகக் கர்ணன் மேல் ஆசை கொண்டவளாகவும்தான் பாஞ்சாலி சித்தரிக்கப்பட்டிருக்கிறாள். அந்த லட்சணப்படி பாஞ்சாலி சுயம்வரத்தைவிடப் பாஞ்சாலி விபச்சாரம் என்று போடுவதுதான் எனக்குச் சரியான ஒரிஜினலாகத் தெரிந்தது.

அதுமட்டுமல்ல... இந்தச் செட்டியார் காமக்காண்டா மிருகம். அதுதான் இவர் வாழ்க்கை வரலாற்றின் ஒரிஜினல்! அதன்படி காமநாதன் செட்டியார் என்று 'கம்போஸ்' செய்தேன்.

உபன்யாசத்திற்கு வரும் சாமியார். ஒரு போகப் பூனை. அவன் பகலில் பரம பக்தன். இரவில் பரம பாதகன். இந்த உண்மை ஒரிஜினலை நான் மாற்ற விரும்பாமல்... சுவாமிகள் போகானந்த என்று போட்டேன்.. இது குற்றமா?" -கந்தசாமி கலகலவென்று சிரித்தான்.

"ஆ!" மானேஜர் வாயைப் பிளந்தார்.

"பொறும். நீர்தானே சொன்னீர் ஒரிஜினலில் உள்ளபடி போடு என்று!"... கந்தசாமி மீண்டும் சிரித்துக் கொண்டே வேதாந்தி பிரசைவிட்டு வெளியேறினான்.

செட்டியாரும், மானேஜரும் ஒருவரையொருவர் பார்த்துக்கொண்டனர்.

★★★

9 788198 837509